माझ्या डायरीतील पाने

ए.पी.जे. अब्दुल कलाम

संपादन
अरुण तिवारी

अनुवाद
माधुरी तळवलकर

सकाळ प्रकाशन

सकाळ प्रकाशन

Notes to Myself - APJ Abdul Kalam
© ARUN TIWARI

First published in English by Turtle Books Private Limited
© First published in Marathi by Sakal Media Pvt. Ltd.
Mazya Diarytil Pane : APJ Abdul Kalam

माझ्या डायरीतील पाने : ए.पी.जे. अब्दुल कलाम

संपादन	: अरुण तिवारी
अनुवाद	: माधुरी तळवलकर
प्रथम आवृत्ती	: ऑक्टोबर २०१८
मुखपृष्ठ	: जावेद मुजावर
मांडणी	: अश्विनी महाजन
प्रकाशक	: सकाळ मीडिया प्रा. लि. ५९५, बुधवार पेठ, पुणे ४११ ००२

ISBN : 978-93-87408-45-6

संपर्क : ०२०-२४४० ५६७८ / ८८८८८ ४९०५०
sakalprakashan@esakal. com

प्रस्तावना

डॉ. ए.पी.जे. अब्दुल कलाम हे अलीकडच्या काळातील भारतीय पिढ्यांसाठी अत्यंत आदरणीय असे व्यक्तिमत्त्व होते. तत्त्वनिष्ठ आणि आकर्षून घेणारा असा तो माणूस होता. लाखो स्वदेशीय लोकांनी डॉ. कलाम यांच्यावर प्रेम केले आणि बाहेरच्या देशातही त्यांचे चाहते होते. त्यांची जीवनकथा आणि त्यांची कारकिर्द याबद्दल सर्वांना कौतुक होते. रॉकेटतज्ज्ञ, लेखक, विद्वान, शिक्षक, कल्पक आणि नेता म्हणून भारतीय समाजास त्यांनी दिलेल्या योगदानाबद्दल पुष्कळ लिहिले गेले आहे. एका लहान गावातील मामुली पार्श्वभूमीतून त्यांनी घेतलेल्या भरारीचे दंतकथेत रूपांतर झाले.

मात्र, या थोर माणसाचे खासगी विचार आणि प्रेरणा यांबद्दल फार थोडी माहिति आहे. डॉ. कलाम यांची असंख्य चित्रणे देशभर रंगवली गेली. त्यांचे मृदू, विश्वासू व्यक्तिमत्त्व देशातील लोकांना परिचयाचे आहे. त्यांच्या चारित्र्याचे चित्रण ही गोष्ट मात्र पूर्णपणे वेगळी आहे.

भारताचे हे सगळ्यात लोकप्रिय राष्ट्रपती संवाद साधत नव्हते किंवा मितभाषी होते अशातला भाग नाही. त्यांचे पडद्याआड काही वेगळे आयुष्य होते असेही नाही. डॉ.ए.पी.जे. अब्दुल कलाम यांना पूर्णपणे समजावून घ्यायचे असेल तर या भारतीय आदर्श माणसाचे अनेक चांगले पैलू होते. खरेच, डॉ. कलाम यांच्याबरोबर तीन दशकांपेक्षाही जास्त काळ काम केल्यावरही मला अजून त्यांच्याकडून काही शिकण्यासारखे सापडते.

डॉ. कलाम यांचे औदार्य आणि मोकळेपणा हेही वरवर पाहता विरोधी वाटण्यासारखे होते. ते शांततेचे पुरस्कर्ते होते, तसेच भारतीय राष्ट्रीय सुरक्षेचे खंदे पाठीराखे होते. आपल्या देशाइतक्याच सहजपणे इतर देशांशीही वागण्याची त्यांच्यात कला होती. देशाच्या वैज्ञानिक मानसिकतेचे ते प्रतिनिधित्व करत होते, तितक्याच स्पष्टपणाने ते आपला देवावरील विश्वासही व्यक्त करत.

डॉ. कलाम यांच्या जीवनाचा अभ्यास केल्याने कोणाही तरुण विद्यार्थ्याचा फायदाच होईल हे वेगळे सांगण्याची गरज नाही. त्यांचे कर्तृत्व हेच तरुण मनाला स्फूर्ती देण्यास पुरेसे आहे. लहान साउंडिंग रॉकेट्सपासून भारताच्या पहिल्या सॅटेलाइट लाँच व्हेइकल, एसएलव्ही-३ पर्यंत भारतीय अवकाश संशोधनातील त्यांचे योगदान हे विशेषच आहे. इंटिग्रेटेड गायडेड मिसाइल प्रोग्रामची संपूर्ण योजना विकसित करण्यातील त्यांचा सहभाग आणि देशाच्या अणुविकासातील त्यांचे मार्गदर्शन हे नक्कीच वाचण्यासारखे आहे. त्यांच्या सुविख्यात कर्तबगारीपेक्षाही त्यांचा वैयक्तिक जीवनप्रवास हा अधिक महत्त्वाचा आहे.

माझ्या डायरीतील पाने या पुस्तकात दक्षिणेतील एका देवस्थानच्या गावापासून राष्ट्रपतिपदापर्यंतचा

प्रवास रेखाटण्याबरोबरच, डॉ. कलाम यांचा सुज्ञपणा आणि कल्पकता यावरही मी प्रकाश टाकला आहे. काळाच्या आधी अनेक दशके जन्मलेल्या या माणसाने त्याचे कुतूहल आणि प्रेरणा कधीही विझू दिल्या नाहीत, आणि म्हणून त्यांच्या अखेरच्या क्षणापर्यंत ते तरुण विद्यार्थ्यांना प्रेरणा देत राहिले.

इतिहासातील थोर व्यक्तींप्रमाणेच डॉ. कलाम यांच्याही विलक्षण जीवनाचा प्रत्येक भाग आणि त्यांचे कर्तृत्व यांचा वेध घेणे अशक्य आहे. या पुस्तकात त्यांचे सर्व विचार, मते आणि तत्त्वज्ञान पकडण्याचा प्रयत्न करण्यात तसा अर्थ नाही. त्यांच्याबाबत अजून पुष्कळच गोष्टी आहेत.

माझ्या डायरीतील पाने या पुस्तकात एका आदर्श पुरुषाचे चांगल्या तऱ्हेने जगलेले जीवन थोडक्यात मांडण्याचा प्रयत्न केला आहे. वयाच्या पंधराव्या वर्षी डॉ. कलाम यांनी उच्च शिक्षण घेण्याचा हेतू डोळ्यांसमोर ठेवला होता. त्याचा पाठपुरावा करून वयाच्या तिशीत त्यांनी समाजासमोर स्वत:चे उदाहरण ठेवले आणि चाळिशीत असतानाच संपूर्ण जगाचे त्यांनी लक्ष वेधून घेतले. आयुष्याच्या मध्यावर आल्यावर त्यांची कार्यक्षमता अधिक बहरली. आयुष्याच्या साधारण शेवटच्या दशकभरात त्यांनी आपल्या गुरूंची आज्ञा मानून पृथ्वी हा ग्रह अधिक जगण्यायोग्य कसा होईल यासाठी प्रयत्न केले. ८३व्या वर्षी हे जग सोडून जात असताना त्यांनी आपला ग्रह जगण्यासाठी अधिक चांगला होण्यासाठी साद घातली. त्यांच्या जीवनाचा हाच संदेश होता की, चांगल्या जगाची रचना करण्याची प्रक्रिया ही कधीही संपत नसते. कारण तो एकीकडे स्वत:चा शोध असतो आणि त्याचबरोबर आपले लौकिक जगातले कर्तव्यही असते.

या पुस्तकाच्या पानांमध्ये मी लोकांच्या राष्ट्रपतींच्या व्यक्तिमत्त्वाचे सूत्र दाखवून देण्यात यशस्वी झालो असेन, अशी मला आशा आहे. त्यांच्या जीवनदृष्टीतून, वैयक्तिक विकासातून, त्यांच्या नेतृत्वातून आणि हेतुपूर्ण जीवनातून वाचकाला पुष्कळ काही मिळेल, असा मला विश्वास वाटतो. डॉ. अब्दुल कलाम यांनी गेल्या काही वर्षांत आमच्या संवादातून आणि लिखाणातून एका तेजस्वी जीवनाचे उदाहरण घालून दिले. त्यांचे लिहिणे आणि बोलणे हे दोन्ही देशाच्या युवा पिढीस प्रेरणा देऊ शकेल. डॉ. कलाम यांच्या कल्पनांमध्ये आपण जर आपल्या शक्यता धुंडाळू शकलो तर आपले जीवन अधिक अर्थपूर्ण व सार्थ होईल.

अरुण तिवारी
हैदराबाद
सप्टेंबर २०१६

संपादकांविषयी

अरुण तिवारी यांनी जीबी पंत युनिव्हर्सिटीमधून मेकॅनिकल इंजिनिअरिंगमध्ये मास्टर्स केले आणि क्षेपणास्त्र शास्त्रज्ञ म्हणून १९८२मध्ये हैदराबाद येथील डिफेन्स रिसर्च अ‍ॅण्ड डेव्हलपमेंट लॅबोरेटरी (DRDO)मध्ये डॉ.ए.पी.जे. अब्दुल कलाम यांच्याकडे रुजू झाले.

१९९२मध्ये DRDOचे प्रमुख बनल्यावर सर्वसामान्य माणसांना संरक्षण तंत्रज्ञानातील गुंतवणुकीचा लाभ मिळावा यासाठी डॉ. कलाम यांनी डिफेन्स टेक्नॉलॉजीचे सिव्हिलिअन स्पिन-ऑफ्स विकसित करण्याचे ठरवले आणि प्रकल्प संचालक म्हणून प्रा. तिवारी यांची त्यांनी नेमणूक केली. १९९६मध्ये प्रा. तिवारी यांनी कार्डिऑलॉजिस्ट डॉ. बी. सोमा राजू यांच्याबरोबर भारताचा पहिला कोरोनरी स्टेन्ट बनवला. तो कलाम-राजू स्टेन्ट म्हणून ओळखला जाऊ लागला. यातूनच पुढे केअर फाउंडेशन सुरू झाले आणि त्यानंतर केअर हॉस्पिटल्स सुरू झाली.

राष्ट्रपती कलाम यांच्या टीमचा सभासद म्हणून अरुण तिवारी पॅन-आफ्रिका इ-नेटवर्क ऑफ टेलिकम्युनिकेशन्स कन्सल्टंट्स इंडिया लि. (TCIL)ची पहिली लिंक तयार केली. आता हे महाजाल आफ्रिकन उपखंडातील विद्यापीठांना आणि रुग्णालयांना भारतीय विद्यापीठांशी आणि रुग्णालयांशी जोडते.

१९९९मध्ये अरुण तिवारी यांनी डॉ. ए.पी.जे. अब्दुल कलाम यांचे *विंग्ज ऑफ फायर* हे आत्मचरित्र लिहिले. हे पुस्तक आधुनिक काळातील उत्तम पुस्तक ठरले. त्याच्या ३० आवृत्त्या निघाल्या व दीड दशलक्षपेक्षा जास्त प्रती खपल्या. या पुस्तकाचा १८ भारतीय आणि परकीय भाषांमध्ये अनुवाद झाला. त्यानंतर त्यांनी १२ पुस्तके लिहिली. त्यांनी अलीकडे डॉ. कलाम यांच्याबरोबर लिहिलेले Transcendence आणि APJ Abdul Kalam : A Life हे डॉ. कलाम यांच्या निधनानंतर लिहिलेले पुस्तक, ही दोन्ही पुस्तके सध्याची सर्वाधिक खपाची पुस्तके आहेत.

अरुण तिवारी सध्या अफ्रो-इंडियन या प्रकल्पाची आखणी करत आहेत. या प्रकल्पांतर्गत आफ्रिकन छोट्या शेतकऱ्यांच्या फायद्यासाठी भारतीय ग्राहकांसाठी उत्पादन वाढवणे हे उद्दिष्ट आहे. सध्या विविध सरकारांच्या पुढाकाराने सब-सहारा आफ्रिकामध्ये गरिबी कमी करणे, नवीन नोकऱ्या तयार करणे आणि मध्यवर्ती अर्थव्यवस्था सुधारणे हे भारतीय तंत्रज्ञान आणि आर्थिक समावेशक योजना यांच्या मदतीने होणार आहे. ते हैदराबाद युनिव्हर्सिटीमध्ये स्कूल ऑफ मॅनेजमेंट सायन्सेसमध्ये अ‍ॅडजंक्ट प्रोफेसर म्हणून अध्यापनाचे काम करतात.

अनुक्रमणिका

१ माडांचे बन

'तुम्ही फक्त प्रत्येक दिवसाची काळजी घ्या; वर्षांची काळजी कॅलेंडर घेईल.'[१]

आपली आयुष्ये कॅलेंडरभोवती गुंफली गेली आहेत. एखादी गोष्ट घडण्यासाठी अजून किती अवकाश आहे, यासाठी आपण दिवस मोजतो. किंवा मग अमुक एक महत्त्वाची गोष्ट घडून गेली, त्याला किती दिवस झाले हे आपण पाहत असतो. आधीच्या बऱ्याच पंचांगांची रचना ज्यांनी केली, ती त्यांनी तिथल्या भौगोलिक स्थानानुसार केलेली दिसून येते. थंड हवामानाच्या प्रदेशात ऋतुंनुसार... विशेषत: हिवाळ्याच्या शेवटापासून वर्षाची विभागाणी केलेली असते. उष्ण हवामानाच्या देशांमध्ये ऋतूंचा विचार कमी केला जातो. वेळ मोजण्यासाठी मुख्यत: चंद्राला प्रमाणभूत मानले जाते. अक्षवृत्ताच्या टोकाला असलेल्या सौदी अरेबियामध्ये अजूनही हिजरी किंवा इस्लामी कॅलेंडर हे चंद्रकलेनुसार कालगणना करते.

हिजरी कॅलेंडरनुसार, १३५०मधील सहाव्या महिन्याच्या दुसऱ्या दिवशी मी या जगात प्रवेश केला. त्या दिवशी गुरुवार, १५ ऑक्टोबर १९३१ ही तारीख होती. जैनुलाब्दीन आणि त्यांची पत्नी ऐशम्मा यांचे मी तिसरे मूल. या घरातला मी दुसरा मुलगा होतो. माझे वडील धार्मिक वृत्तीचे होते. भारत देशावर त्यांची मनापासून निष्ठा होती. अब्दुल कलाम आझाद हे भारतीय स्वातंत्र्य चळवळीतले प्रभावी व विद्वान राजकीय नेता होते. त्यावरून त्यांनी माझे नाव अब्दुल कलाम असे ठेवले. माझ्या जन्मानंतर लगेचच माझे वडील आमच्या गावातील मशिदीचे इमाम झाले म्हणून मी चांगल्या पायगुणाचा आहे, असे माझे आईवडील समजत.

त्या काळच्या प्रथेप्रमाणे मी आमच्या वडिलोपार्जित घरातच जन्मलो. रामेश्वरम या पवित्र गावातील हे एक साधे पारंपरिक घर होते. या घराला टाइल्स लावलेला रस्त्याकडे तोंड करून एक व्हरांडा होता. प्रसिद्ध रामनाथस्वामी देवळापासून आमचे घर जवळच होते.

माझे हे मूळ गाव पंबन बेटाच्या साधारण मध्यभागी वसलेले आहे. भारत आणि श्रीलंका यांच्या मध्ये द्वीपकल्प आहे. पाल्क उपसागरातील मुख्य भूमीपासून दोन किलोमीटरवर हा ३० किलोमीटर लांबीचा पट्टा आहे. या बेटाच्या पंबन आणि रामेश्वरम या दोन मुख्य वसाहती आहेत. एक प्रकारे जीवनाच्या दोन

---

१. एड विन (१८८६-१९६६) हा अमेरिकन अभिनेता आणि विनोदवीर होता. डॉ. कलाम यांना त्याचा 'द ॲबसेंट माइंडेड प्रोफेसर' हा १९६१चा चित्रपट आवडला होता.

आवश्यक भागांचे त्या प्रतिनिधित्व करतात : काम आणि अध्यात्माचे पालन. बेटाच्या पश्चिम टोकाला पंबन हे मासेमारीचे गाव आणि बंदर आहे. रामेश्वरममध्ये प्रवेश करण्याचे हेच मुख्य ठिकाण आहे. दोन वसाहतींपैकी हे जास्त मोठे आहे. या बेटाच्या पूर्वेकडून पाल्कचा उपसागर पाहता येतो.

पंबन बेटावर धनुष्कोडी नावाचे दुसरे एक गाव होते, तेव्हा मी लहान होतो. बेटाच्या अगदी दक्षिणेकडच्या टोकाजवळ हे गाव होते. तिथल्या जमिनीचे टोक श्रीलंकेकडे होते. १९६४मध्ये रामेश्वरम या गावावर कुठलाही सामाजिक किंवा नैतिक बंधनांचा अवाजवी पगडा पडलेला नव्हता. मात्र, त्या वेळी जे आवर्ती वादळ आले त्यात कोदंडरामस्वामी हे श्रीरामाचे देऊळ टिकून राहिले. २३ डिसेंबर १९६४ या दिवशी ७.६ मीटर उंचीच्या लाटांनी हे गाव जलमय झालेले असताना धनुष्कोडीमधील ही एकमेव ऐतिहासिक इमारत टिकून राहिली.

हिंदूंसाठी पंबन बेट हे विलक्षण ठिकाण आहे. चार धाममधील रामेश्वरम हे अगदी दक्षिणेच्या टोकाला आहे. हजारो हिंदू दर वर्षी या तीर्थक्षेत्रास भेट देतात. संस्कृतमध्ये रामेश्वर म्हणजे रामाचा देव म्हणजेच पूज्य महादेव. रामनाथस्वामी देवळाचा मुख्य देव. श्रीराम हे श्रीविष्णूचा सातवा अवतार होय. पन्नास किलोमीटरवर असलेल्या श्रीलंकेतील राक्षसांचा राजा रावण याच्याशी झालेल्या युद्धात जर काही पातके हातून झाली असतील तर त्यांचे क्षालन व्हावे म्हणून श्रीरामाने इथल्या महादेवाजवळ प्रार्थना केली.

भारतभरातील इतर प्रांतांप्रमाणेच पंबन बेटही कोणत्याही नवीन धार्मिक कल्पनांसाठी अगदी खुले आहे. मलिक कफूर हा दिल्ली सल्तनतचा बादशाह अल्लाउद्दीन खिलजीच्या लष्करात नोकर होता. पण पदोन्नती करत तो सेनापती झाला. १२९४ ते १३१६ या दरम्यान दक्षिण भारताच्या त्याने तीन लष्करी मोहिमा केल्या. त्या वेळी त्याने प्रथम या बेटावर प्रवेश केला. मदुराई साम्राज्याची ती सुरुवात होती. मदुराई साम्राज्य पन्नासहून जास्त काळ राहिले. इस्लाम मात्र पुढे टिकून राहिला.

१७९५मध्ये रामेश्वरम ब्रिटिश ईस्ट इंडिया कंपनीच्या ताब्यात आले. मद्रास प्रांतास ते जोडले गेले. ब्रिटिशांच्या राज्यात ख्रिश्चन धर्म या बेटावर विसावला. पाल्क उपसागराच्या या पवित्र भूमीवर हिंदू आणि मुस्लीम अनुयायांच्या बरोबरीने ख्रिस्ती समुदाय राहू लागला.

> *'प्रत्येक लहान मूल काही आनुवंशिक वैशिष्ट्ये घेऊन जन्माला येते. विशिष्ट सामाजिक, आर्थिक आणि भावनिक वातावरणात ते जन्म घेते. वरिष्ठ, ज्येष्ठ लोकांकडून त्यांना काही प्रशिक्षण दिले जाते.'*[२]

जगातील तीन मोठे धर्म ज्या ठिकाणी आनंदाने नांदत होते, अशा वातावरणात मी लहानाचा मोठा झालो, हे माझे भाग्यच होय. रामनाथ शास्त्री, अरविंदन आणि शिवप्रकाश हे माझे तीन जवळचे मित्र सनातनी ब्राह्मण कुटुंबातील होते. पण आम्ही सगळे एकाच कुटुंबातील असल्यासारखे खेळत असू. रामनाथस्वामी देवळात बसून मी आनंदाने तिथले दगडावरचे कोरीव काम पाहत असे, प्रार्थना ऐकत बसत असे. कधीकधी जवळच असलेल्या कॅथॉलिक चर्चमधल्या प्रार्थनाही मी ऐकत असे.

---

२. ए.पी.जे. अब्दुल कलाम अरुण तिवारींबरोबर. *विंग्ज ऑफ फायर*, युनिव्हर्सिटी प्रेस, १९९९, पृष्ठ क्र. ८

रामेश्वरममध्ये सर्वांच्या धार्मिक श्रद्धांचा आदर राखला जात असे. एकमेकांचे धार्मिक उत्सव सगळे मिळून साजरे करत. वर्षाकाठी श्री सीता राम कल्याणम उत्सव होत असे. त्या वेळी भाविकांना रामतीर्थ कुंडाच्या मध्यात जाऊन मूर्ती विसर्जित करावयाच्या असत. माझा भाऊ माराकायर माझ्यापेक्षा चौदा वर्षांनी मोठा होता. तो आणि माझे वडील भाविकांना कुंडाच्या मध्यभागी नेण्यासाठी नौका पुरवण्याची वेगळी व्यवस्था करत असत.

त्या वेळी माझे वडील, भाऊ, समुद्रावरचे इतर काही मुस्लीम लोक, हिंदूंच्या धर्मविधीसाठी कुंडाच्या मध्ये आपापल्या नौका नेत असत. जैनुलाब्दीन आणि माराकायर यांना साधी वस्तुस्थिती असलेल्या गोष्टी समजत होत्या : समुद्र, नद्या, कुंड, तलाव आणि पाट यांना वेगवेगळी नावे आहेत, त्यांचे आकार वेगळे आहेत. पण त्या सगळ्यांमध्ये पाणीच असते आणि त्यावर आमच्या नौका सारख्याच पद्धतीने तरंगत असतात. त्याचप्रमाणे धर्माची वेगवेगळी रूपे आहेत, पण प्रत्येकात सत्याचा अंतर्भाव आहे आणि त्यातील अध्यात्मानुसार लोक आपापले जीवन जगत असतात.

आमचे राहण्याचे ठिकाण वर्षभर ऊबदार हवा असलेले असे असले आणि सर्व जण मित्रत्वाने वागत असले तरी आमचे बेट काही परिपूर्ण नव्हते. एकत्र राहत असताना काही ना काही समस्या समोर येऊन उभ्या ठाकतच असत. मी लहान असताना, स्वातंत्र्यपूर्व काळात आर्थिक परिस्थिती बिकट होती. १९३०च्या मंदीच्या काळात ब्रिटिश राजवटीकडून भारतीय जनतेवर मोठा कर लादला गेला. या पद्धतीमुळे रयतेचे शोषण होऊ लागले. भारतभरातील जनतेप्रमाणेच पंबन बेटावरील जनतेनेही या संकटाचा मुकाबला केला. मात्र, वस्तूंची टंचाई झाली, माल मिळेनासा झाला तरी दैनंदिन गरजांचा सामना करताना इथल्या लोकांचा परस्परांवरील विश्वास कायम राहिला.

ज्ञान आणि एकाग्रचित्ताने केलेले प्रयत्न यांतून
अगदी नेहमीच्या साधनांमधून कितीतरी उपयोगी अशी गोष्ट घडवता येते.

अगदी लहान असल्यापासून वेगवेगळ्या धर्मांमधील होणाऱ्या सुसंवादांचा मी साक्षीदार आहे. आमच्या घराच्या आवारात नियमितपणे होणारी संमेलने माझ्या मनावर कोरली गेली आहेत. रामनाथस्वामी मंदिराचे प्रमुख पक्षी लक्ष्मण शास्त्रीगल, ख्रिश्चन समाजाचे पुढारी रे. फादर बोडल आणि माझे वडील जैनुलाब्दीन हे बेटावरील लोकांच्या अडचणी सोडवण्याच्या दृष्टीने चर्चा करण्यासाठी दर काही महिन्यांनी आमच्या घरात जमत असत. का कोण जाणे, पण त्यांचे असे एकत्र बसून बोलणे, ताक किंवा चहा वाटून घेणे आणि एकमेकांशी असलेले अगदी गोडीने वागणे-बोलणे हे सारे मला फार अर्थपूर्ण वाटत असे. तेथे राहणाऱ्या आम्हा सर्वांच्या अडीअडचणी सोडवण्यासाठी एकत्र येणे हे त्यांना मात्र अगदी सहज, स्वाभाविक वाटत असे.

त्या बैठकांनी शिकवलेला धडा पुढे कायम माझ्याबरोबर राहिला. एकविसाव्या शतकात परस्परांमध्ये सुसंवाद राखण्याची आत्ता जेवढी गरज भासते आहे तितकी यापूर्वी कधीच भासली नसेल. काही ठिकाणी धर्मांमधील विभागणी तडे जाणारी ठरली. त्यांच्यामधील मतभेदांनी हिंसेचे रूप धारण केले. हे कशामुळे

झाले? सहनशक्तीचा अभाव होता म्हणून असे झाले नाही; तर आदराच्या अभावामुळे हे झाले. पक्षी लक्ष्मण शास्त्रीगल, रे. फादर बोडल, आणि माझे वडील यांना एकमेकांच्या श्रद्धांविषयी आदर होता एवढेच! इतरांच्या श्रद्धा आणि विश्वास यांबद्दल आपण आदर बाळगला; त्यांना त्यांच्या श्रद्धेनुसार वागण्याचा हक्क आहे हे समजून घेतले तर सहनशक्तीची गरजच उरणार नाही. आणि असे जर झाले तर मग भांडणाचा प्रश्नच उद्‌भवणार नाही.

पंबन हे बेट केवळ विश्वासामुळे आर्थिक व धार्मिक दृष्ट्या टिकून राहिले. भारतातील बहुतेक भागांमध्ये लोकांच्या उपजीविकेचे शेती हेच साधन आहे. पंबन बेटाबाबत मात्र तसे नाही. इथल्या वालुकामय मातीमुळे या भागात काहीही पिकवता येत नाही. फार तर नारळ आणि अंजीर यांचे थोडेफार पीक घेता येते. मासे आणि शंखशिंपले या समुद्री उत्पादनावरच या बेटाची अर्थव्यवस्था अवलंबून आहे. शिवाय, इथे येणाऱ्या यात्रेकरूंना काही सेवा आणि सोयी पुरवल्या जातात. तेवढेच इथले उत्पन्न.

'काठावर उभे राहून पाण्याकडे नुसते एकटक पाहिल्याने तुम्ही समुद्र ओलांडू शकत नाही.'[३]

माझ्या कुटुंबाला मात्र शेतीचा थोडाफार आधार होता. घरापासून सहा किलोमीटर अंतरावर आमचे एक लहानसे नारळाच्या झाडांचे बन होते. काही काळ आमच्या घरासाठी उत्पन्नाचा तोच एक स्रोत होता. त्यानंतर माझ्या वडिलांनी एक व्यवसाय सुरू केला. मात्र, माझ्या लहानपणचा बराच काळ खडतरच गेला. माझ्या आईवडिलांनी जेव्हा मला काही सोयीसुविधा उपलब्ध करून देण्याचा प्रयत्न केला, तेव्हा महिन्याचा खर्च भागवताना त्यांची तारांबळ होत असे.

जैनुलाब्दीन आणि ऐशम्मा यांना मात्र कुटुंबासाठी खस्ता खाण्यात काहीही त्रास वाटत नसे. मी सकाळी लवकर उठत असे. दोघेही आपापल्या सकाळच्या प्रार्थना आटपून कामाला लागताना मी पाहत असे. सूर्य उगवण्यापूर्वीच जैनुलाब्दीन माडांच्या बनाकडे चालू लागत. मीही वडिलांचे अनुकरण करत भल्या पहाटे घराबाहेर पडायचो. समुद्रपक्ष्यांचे आवाज ऐकत मोकळ्या हवेत मी बागडत राही. माझे वडील मला सांगत असत की, आपल्याला ज्यात आनंद वाटतो, तेच आपल्या जगण्यासाठी करावयास मिळण्याचे स्वातंत्र्य असणे, यातच जीवनाचे खरे यश आहे.

यथावकाश जैनुलाब्दीन यांना आपण काय करावयाचे आहे, हे कळले आणि त्यात त्यांना यशही मिळाले. मी सहा वर्षांचा असताना माझ्या वडिलांनी रामेश्वरम आणि धनुष्कोडी येथे यात्रेकरूंची ने-आण करण्यासाठी लागणाऱ्या नावा बांधण्याचा व्यवसाय सुरू केला. आमचे एक नातेवाईक अहमद जलालुद्दीन यांच्याबरोबर समुद्रकाठी नावा तयार करण्याचे काम त्यांनी सुरू केले. पुढे जलालुद्दीन यांच्याशी माझ्या झोहरा या मोठ्या बहिणीचे लग्न झाले. माझे वडील आणि जलालुद्दीन असे दोघे मिळून पारंपरिक पद्धतीने चांगल्या बळकट नावा बांधून तयार करत असत. यामुळे त्यातून भरपूर माल नेता येत असे.

---

३. रबींद्रनाथ टागोर (१८६१-१९४१) हे भारतखंडातील अत्यंत प्रतिभावान व सर्जनशील लेखक मानले जातात. युरोपीय नसलेली ही पहिली व्यक्ती अशी होती की, ज्यांना १९१३मध्ये वाङ्मयामधला नोबेल पुरस्कार मिळाला. 'जिथे मन निर्भय आहे आणि माथा उंचावलेला आहे ...' अशा अर्थाची त्यांची कविता डॉ. कलाम यांनी राष्ट्रपतिपदावर असताना त्यांच्या टेबलावर ठेवली होती.

माझे वडील आणि अहमद, लाकूड तासून त्याला नावेचा आकार देत असत, तेव्हा मी त्याकडे मग्न होऊन पाहत असे. मला तो फक्त जहाजाचा सांगाडा वाटत असे. मग त्याला ते फळ्या ठोकत, मध्ये एक लाकडी भिंत उभी करत; तेव्हा मात्र समुद्रावर जाण्यास सज्ज असलेली ती नाव तयार झाल्यासारखी मला वाटे. माझ्या लक्षात आले की, ज्ञान आणि एकाग्रचित्ताने केलेले प्रयत्न यांतून अगदी नेहमीच्या साधनांमधून कितीतरी उपयोगी अशी गोष्ट घडवता येते. लाकडाच्या साध्या तुकड्यांतून नाव तयार होताना पाहणे हा अनुभव विलक्षण होता. मी त्यातून हेही शिकलो की, बोट बांधत असताना त्यासाठी वापरला जाणारा माल चोख असला पाहिजे, याबद्दल अगदी दक्ष राहावे लागते. लाकडाचे काठिण्य आणि घनता एका ओरखड्यावरूनसुद्धा कशी मोजता येते, ते मला माझ्या वडिलांनी समजावून सांगितले होते. नावेमध्ये थोडे पाणी गेले किंवा काही समुद्री पदार्थ गेले तर त्यानेसुद्धा लाकडाचे नुकसान होऊ शकते.

आमच्या नौकाव्यवसायाला चांगलेच यश लाभले. बसमध्ये जसे कंडक्टर पैसे घेऊन तिकिटे देतात, तसे मीदेखील त्या वेळी यात्रेकरूंकडून पैसे गोळा करत असे. अशाच फेऱ्यांमध्ये श्रीरामाने लंकेला जाण्यासाठी पूल बांधताना वानरसेनेची कशी मदत घेतली, ते मला कळले. श्रीरामाने सीतेला सोडवून आणल्यानंतर तो पुन्हा रामेश्वरमला थांबला. रावणाला ठार मारल्याबद्दल त्याने तेथे प्रायश्चित्त घेतले. श्री हनुमानाला मोठे शिवलिंग आणण्यासाठी उत्तरेकडे पाठवण्यात आले. पण त्याला उशीर झाल्यामुळे आपल्या पूजेला विलंब होतोय असे पाहिल्यावर सीतामाईने आपल्या हातांनी शिवलिंगम तयार केले... अशा कितीतरी कहाण्या मला या नावेमध्ये बसलेल्या यात्रेकरूंकडून कानावर येत असत.

साऱ्या भारतभरातून यात्रेकरू येऊन आमच्या नावेत बसत असत. त्यामुळे कितीतरी वेगळ्या भाषेत, वेगळ्या प्रकारच्या गोष्टी मला कळत असत. आयुष्याच्या सुरुवातीलाच मला कळले की, आपला भारत देश हा फार विशाल आहे. माझ्या हेही लक्षात आले की, एका भागातले नागरिक दुसऱ्या भागातल्या लोकांपेक्षा वेगळी भाषा बोलतात, वेगळे दिसतात; पण त्या सर्वांना बांधून ठेवणारा एक कोणतातरी धागा आहे. तो नेमका कोणता आहे, हे ओळखणे कठीण आहे; पण मला स्पष्टपणे जाणवले की, एक भारतीय वैशिष्ट्य संपूर्ण देशातील लोकांमध्ये निश्चितपणे आहे. आपली जागा आणि आपले उद्दिष्ट यांचे नेमके भान देणारा समृद्ध सांस्कृतिक वारसा भारतीयांच्या मनात खोलवर रुजलेला आहे, हे मी पाहत होतो. आपला इतिहास, आपले मूळ, आपली संस्कृती माहीत नसेल तर ते मुळे नसलेल्या झाडांप्रमाणे होईल.

'निर्मितिशील अभिव्यक्ती आणि ज्ञान यांमधून शिक्षक मुलांमध्ये आनंद निर्माण करत असतो.'[४]

मी पाचवीत शिकत असताना शिव सुब्रमणिया अय्यर यांनी शिकवलेल्या धड्याचा माझ्या मनावर कायमचा परिणाम झाला. पक्षी कसे उडतात, ते आम्हांला समजावे म्हणून, आमचे सर आम्हांला घेऊन समुद्रकिनाऱ्यावर गेले. उंचावरील हवेत वाऱ्याच्या झोतांशी समुद्रपक्ष्यांच्या चाललेल्या कसरती पाहून मला वाटले की, आपण विमानविद्येमधेच करिअर करावे.

---

४. अल्बर्ट आइनस्टाइन (१८७९-१९५५) हे जर्मनीमध्ये जन्मलेले थोर शास्त्रज्ञ होते. १९२१मध्ये त्यांना भौतिकशास्त्रातील नोबेल प्राइज मिळाले. डॉ. कलाम जेव्हा अधिकृत दौऱ्यावर स्वित्झर्लंडला गेले, तेव्हा दिनांक २८ मे २००५ रोजी त्यांनी आइनस्टाइनच्या पूर्वीच्या घरास भेट दिली होती.

अय्यरसरांनी फळ्यावर पक्ष्याचे पंख, शेपूट, शरीर आणि डोकं काढून पक्षी कसे उडतात, ते आम्हांला सांगितले. हवेशी टक्कर घेत ते आपल्या पंखांना कसे बळ देतात, ते आम्हांला त्यांनी बराच वेळ समजावून सांगितले. दिशा बदलताना ते आपले पंख कसे वेगळ्या कोनातून फिरवतात, तेही सांगितले.

पक्षी कसे उडतात, ते समजले का, असे जेव्हा सरांनी आम्हांला विचारले, तेव्हा मी उभा राहिलो आणि मला काही ते समजले नसल्याचे सांगितले. मग आमच्या वर्गातल्या इतर मुलामुलींनीही त्यांना ते समजले नसल्याचे सांगितले. सर नाराज झाले नाहीत. पक्ष्यांचा विहार दाखवण्यासाठी आमच्या वर्गाला त्यांनी समुद्रकिनाऱ्यावर नेले. त्या दिवशी मला समजले की, पक्षी त्यांच्यासाठी स्वत:मधूनच बळ मिळवतात. उडण्याची इच्छा, उद्दिष्ट यातूनच त्यांना ते बळ मिळते. शिव सुब्रमणिया अय्यर यांच्या शिकवणुकीतून पक्षी कसे उडतात फक्त एवढेच मला कळाले नाही; तर पक्षी आकाशात कसा पोहोचतो, हेही समजले. मी भारावून गेलो, आणि त्या क्षणांपासून माझे उडण्याचे आकर्षण विकसित होत गेले.

१९४२च्या ऑक्टोबरमध्ये बंगालच्या उपसागरात जोरदार वादळ झाले. अतिवृष्टी झाली आणि पंबन बेटावर ताशी १६० किलोमीटर्स वेगाने सोसाट्याचा वारा सुटला. आमच्या माडाच्या बनातील नारळाची झाडे उन्मळून पडली. आमच्या नौका मोडून गेल्या. आम्ही सगळे रडायला लागलो. वडील मात्र स्थिर, शांत होते. 'इन्ना लीलाही वा इन्ना इलाही राजियु' एवढे ते म्हणाले. (देवाकडून घेतलेले देवाला परत.) मी जेव्हा त्यांना याचा अर्थ विचारला, तेव्हा ते उत्तरले,

> 'या जगात पुष्कळदा असे होते की, माणूस काही ना काही गमावतो किंवा एखाद्या आपत्तीस त्याला तोंड द्यावे लागते. देवाची इच्छा म्हणून अशा वेळी आपण अशा दुर्दैवी घटनेचा स्वीकार करायला हवा. माणसाची कसोटी पाहण्यासाठी देवाने हे जग निर्मिले आहे. मिळणे किंवा गमावणे हे दोन्ही माणसाच्या परीक्षा घेण्यासाठीच असतात. म्हणून जेव्हा काही मिळते तेव्हा त्याबद्दल आपण कृतज्ञ असायला हवे आणि जेव्हा मनुष्य काही गमावतो, तेव्हा त्याने सोशिकपणे ते सहन करायला हवे. जो कुणी असे करेल, तोच देवाने घेतलेल्या परीक्षेत उत्तीर्ण होईल.'

संकटातही धीरोदात्त राहिलेल्या माझ्या वडिलांनी नव्याने नौका बांधण्यासाठी लाकडे आणली. ते काम करत असताना मी जे निरीक्षण केले, त्यातून माझ्या हे लक्षात आले, की लाकडाला वाळवी लागली नाही तरच ते चांगल्या प्रकारे टिकून राहते. पांढऱ्या मुंग्यांचे खाद्य लाकूड हे असते. एकदा का त्यांनी त्या लाकडात शिरून वाटा तयार केल्या, की ते लाकूड लवकरच पोखरले जाते. मात्र, लाकडाची चव जर कडवट असेल तर ती या मुंग्यांना आवडत नाही. सागवानी लाकडाचे रक्षण व्हावे म्हणून निसर्गानेच या लाकडाला अशी देणगी दिली आहे. कीटकांच्या हल्ल्यांपासून या लाकडाचे रक्षण होते. निसर्गाच्या पुस्तकातून मी एक पान असे शिकलो की, मी माझ्यामध्ये असे गुण विकसित करण्यासाठी सदैव प्रयत्नशील राहीन की ज्यामुळे माझे शत्रू नेहमी माझ्यापासून दूर राहतील.

वडिलांनी पुन्हा नौका बांधण्यास सुरुवात केल्यावर मीही माझ्या कामाचा श्रीगणेशा करण्याचे ठरवले. मी चिंचोके विकायचे ठरवले. दुसऱ्या महायुद्धाचा ताण येऊन कापड, कागद आणि ज्यूट उद्योगांमध्ये चिंचोक्यांची मागणी एकदम वाढली होती. कच्च्या मालावर रासायनिक प्रक्रिया करण्यासाठी या चिंचोक्यांचा

लगदा वापरला जात असे. मी दारोदार जाऊन चिंचोके गोळा करू लागलो. मग मी ते दुकानात जाऊन विकत असे. दिवसभराच्या कामाची चांगली एक आणा एवढी मजबूत कमाई होत असे. तेवढ्या पैशात एक वेळचे भरपेट जेवण होत असे. हा एक आणा सुरक्षित राहावा म्हणून मी मोठ्या अभिमानाने आईला नेऊन देत असे. माझ्या या छोट्या व्यवसायाचा वडिलांना आनंद वाटला. ते आईजवळ माझे कौतुक करत असताना मी ऐकले. ते म्हणाले, 'कष्ट, बचत आणि संयम यांमुळे पैसा मिळतो म्हणून काही या गुणांना महत्त्व आहे असे नाही; तर या गुणांमुळे चारित्र्यसंवर्धन होते आणि म्हणून ते गुण महत्त्वाचे आहेत.'

'माणसाच्या स्वभावातील आपल्याला आवडणारी वैशिष्ट्ये अडचणींच्या कणखर मिश्रणातूनच वाढतात.'[५]

जगभरातील बरेचसे नवतरुण सुरुवातीला पैसे कमावण्यासाठी पेपर टाकण्याचे काम करतात. मीही हे आणखी एक काम सुरू केले. दोस्त राष्ट्रांच्या वतीने लढण्यासाठी भारतालाही सहभागी व्हावे लागले. समुद्रातून जपानी हल्ला झाल्यास त्याला तोंड देण्यासाठी पंबन भागात सैन्याची तुकडी तैनात झाली. रामेश्वरमला रेल्वेचा थांबा होता. पण आता ती तिथे न थांबता थेट धनुष्कोडी रेल्वे टर्मिनसला जाऊ लागली. चालत्या गाडीतून गार्ड आमच्या स्टेशनवर वृत्तपत्रांचे गठ्ठे फेकत असे. ते गोळा करून घरोघरी पेपर टाकण्याचे काम माझा चुलत भाऊ शमसुद्दीन याने माझ्यावर सोपवले.

पेपर टाकायला मी जात असे तेव्हा पहिल्या पानावर आपल्या राष्ट्रीय नेत्यांचे फोटो छापलेले मला दिसत. ते पाहून मी भारावून जात असे. भारताला स्वातंत्र्य मिळण्याचा दिवस आता फार दूर राहिला नव्हता. ते स्वप्न आता लवकरच सत्यात उतरणार होते.

ब्रिटिशांच्या जोखडातून भारत आता मुक्त होणार, हे दुसरे महायुद्ध संपल्यावर स्पष्ट झाले. गांधीजी म्हणाले, 'भारतीय स्वत:च त्यांच्या राष्ट्राची उभारणी करतील.' देशभरात अभूतपूर्व आशेचे वारे वाहू लागले. माझे कुटुंबही नवीन देशउभारणीत सामील होण्यास उत्सुक होते. रामेश्वरममध्ये पहिली पंचायत निवडणूक झाली, तेव्हा माझ्या वडिलांची सरपंच म्हणून निवड झाली.

माझ्या वडिलांच्या बाबतीत घडलेला एक प्रसंग मला खूप काही शिकवून गेला. एकदा दुपारी माझ्या पुस्तकातला एक धडा मी मोठ्यांदा घरात वाचत बसलो होतो. तेवढ्यात वडिलांना भेटायला एक जण आले. 'वडील कुठे आहेत' म्हणून त्यांनी विचारले असता 'ते नमाज पढायला बाहेर गेले आहेत,' असे मी त्यांना सांगितले. तेव्हा ते म्हणाले, 'त्यांना देण्यासाठी मी काहीतरी आणले आहे, इथे ठेवून जाऊ का?' मी आईला हाक मारली; तर तीही देवाची प्रार्थना म्हणत होती, त्यामुळे काही बोलली नाही. हातातला कापडाचा गठ्ठा कॉटवर ठेवून ते आलेले गृहस्थ निघून गेले. मी माझा अभ्यास पुढे चालू केला.

---

५. हॅरी इमर्सन फॉसडिक (१८७८-१९६९) हेअमेरिकेतील धर्मोपदेशक होते. मार्टिन ल्यूथर किंग, ज्यु. यांना त्यांच्याबद्दल आदर होता. या शतकातील हे धर्मगुरू सगळ्यात महान आहेत, असे ते म्हणत. 'गॉड ऑफ ग्रेस ॲण्ड गॉड ऑफ ग्लोरी' : 'ग्रॅन्ट अस विजडम, ग्रॅन्ट अस करेज, लेट्स वी मिस युवर किंगडम्स गोल' हे त्यांचे ईशस्तोत्र डॉ. कलाम नेहमी म्हणत असत.

त्या दिवशी मला समजले की, पक्षी त्यांच्यासाठी स्वत:मधूनच बळ मिळवतात. उडण्याची इच्छा, उद्दिष्ट यातूनच त्यांना ते बळ मिळते. शिव सुब्रमणिया अय्यर यांच्या शिकवणुकीतून पक्षी कसे उडतात फक्त एवढेच मला कळाले नाही; तर पक्षी आकाशात कसा पोहोचतो, हेही समजले. मी भारावून गेलो, आणि त्या क्षणांपासून माझे उडण्याचे आकर्षण विकसित होत गेले.

वडील घरी आल्यावर त्यांनी तो गठ्ठा पाहिला आणि मला विचारले, 'हे काय आहे? कुणी दिलंय हे?' मी सांगितले, 'कोणीतरी घरी आलं होतं. तुमच्यासाठी दिलंय.' ते रागावले. त्यांनी मला चांगलाच दम भरला. मी घाबरून रडायला लागलो. आईने जवळ घेऊन माझी समजूत घातली. राग कमी झाल्यावर वडिलांनी मला थोपटले आणि सांगितले की, 'असली घाणेरडी गोष्ट कुणाकडूनही कधीही घ्यायची नाही.' ते म्हणाले की, 'अशा भेटवस्तूंमागे नेहमी काही अपेक्षा दडलेल्या असतात आणि म्हणून ते धोक्याचे असते. अशी वस्तू स्वीकारणे म्हणजे साप हातात धरण्यासारखं आहे. तो चावला की, अंगात विष भिनतं.'

१५ ऑगस्ट या दिवशी भारत स्वतंत्र झाला. योग्य ते करण्यानेच खरे स्वातंत्र्य आणि मोकळेपणा मिळतो. माझ्या साध्या, टुमदार गावाचे प्रेमळ छत्र सोडून मी आता बाहेर पडले पाहिजे, असे माझा आतला आवाज मला सांगू लागला. तुम्ही सतत बालपणातच राहिलात तर तुमची प्रगती होऊ शकत नाही. रामनादच्या डिस्ट्रिक्ट हेडक्वार्टर्सच्या हायस्कूलमध्ये शिकायला जाण्यासाठी मी वडिलांची परवानगी घेतली. आई जरा कचरत होती, पण नंतर तिनेही संमती दिली. माझी आई म्हणजे माझा वृक्ष होता... जिच्या सावलीत माझ्या साऱ्या अडीअडचणींचा निचरा होत असे. चिंचोके विकून आणि पेपर टाकून मिळालेले पैसे मी आईकडे ठेवायला दिले होते ते तिने मला दिले आणि म्हणाली, 'शाळेची फी भरायला हे तुला उपयोगी पडतील.' ते पैसे घ्यायला मी विरोध करू लागलो तेव्हा ती एवढेच म्हणाली, 'आया फक्त देण्याचं जाणतात.'

आईवडिलांना रामेश्वरमला सोडून माझा चुलत भाऊ शमसुद्दीन आणि माझा मेव्हणा जलालुद्दीन यांच्याबरोबर मी रामनादच्या श्वार्ट्झ हायस्कूलमध्ये प्रवेश घेण्यासाठी निघालो. शाळेत मी माझे नाव ए.पी. जे. अब्दुल कलाम असे लावले. ए, पी आणि जे या अक्षरांमध्ये माझा वंश अंतर्भूत होता. माझे एक पणजोबा अवुल, आजोबा पकीर आणि वडील जैनुलाब्दीन.

❑

२ सापशिडी

'शिक्षणाची मुळं कडू असतात, पण फळं गोड असतात.'[६]

सुरुवातीला श्वार्ट्झ हायर सेकंडरी स्कूल मला तितकेसे आवडले नाही. ऐसपैस मैदानं, मोठमोठाले वृक्ष, उंच छत आणि खांब हे कुठल्या तरी दूरच्या प्रदेशातले आहे, असे मला वाटे. बऱ्याच वर्षांपासून वापरात असलेली बाकं आणि डेस्क्स मोडकळीला आले होते. रामेश्वरम या लहानशा गावातल्या आपुलकीच्या वातावरणाच्या मानाने इथले वातावरण मला थंड आणि अलिप्त वाटले.

१७५०मध्ये जर्मन ल्यूथेरन प्रॉटेस्टंट मिशनरी भारतात आला होता. त्याच्यावरून शाळेला ख्रिश्चन फ्रेडरिक श्वार्ट्झ असे नाव दिले होते. मला असे कळले होते की, ज्यांना कुणाला गॉस्पेल ऑफ जीझस क्राइस्टचा हितोपदेश माहीत नसेल त्यांना तो सांगणे हे प्रत्येक मिशनऱ्याचे ध्येय असते. होली स्पिरिटमुळे ख्रिश्चन अनुयायी तयार होतात, तेव्हा मिशनरीज या नव्या ख्रिश्चन लोकांना एकत्र करतात आणि त्यांना चर्चचे प्रमुख होण्यासाठी मदत करतात. ख्रिश्चन लोकांमध्ये वर्गवारी असते हे कळल्यावर मला नवल वाटले. ल्युथेरन ख्रिश्चन्स हे मार्टिन ल्यूथरचे अनुयायी असतात. मार्टिन ल्यूथर हा सोळाव्या शतकातील जर्मन संत होता. एकटे राहून तपश्चर्या आणि त्याग करण्यापेक्षा त्याने वेगळी पद्धत अवलंबली. गरिबी, पावित्र्य आणि समाजसेवा यांना त्याने महत्त्व दिले.

कॅथॉलिक्सप्रमाणे ल्यूथेरन हे पोप यांना आपला नेता मानत नाहीत. ते फक्त देवाचा न्याय मानण्याची तत्त्वप्रणाली अनुसरतात. ज्याची कुणाची देवावर श्रद्धा असेल त्याच्या मनातील पाप केल्याबद्दल वाटणारी अपराधी भावना दूर होते. फादर बोडल साधीसुंदर प्रवचने देत असत. त्या प्रवचनांना हजर राहणे सक्तीचे असे. तरीही मी ती बुडवून रामेश्वरमला वारंवार जात असे.

वारंवार घरी येण्याचे माझे हे वेड पाहून एक दिवस माझे आईवडील माझ्याशेजारी बसले आणि म्हणाले की, आता या गावातून, माझ्या कुटुंबापासून माझे मन मी सोडवून घेतले पाहिजे. असे झाले तरच नियतीच्या

---

६. ॲरिस्टॉटल (३८४-३२२ बीसीई) प्राचीन ग्रीक तत्त्वज्ञ सॉक्रेटिस, प्लेटो आणि ॲरिस्टॉटल यांचा डॉ. कलाम यांच्यावर फार प्रभाव होता. ते सॉक्रेटिसला स्ट्रीट कॉर्नर फिलॉसॉफर म्हणत असत. तत्त्वज्ञान विषयाचा राजा असलेल्या प्लेटोचा सर्वोत्तम विद्यार्थी म्हणून ॲरिस्टॉटल गणला जाई. ॲरिस्टॉटलने अलेक्झांडर द ग्रेटला शिकवले होते.

लाटा मला ज्ञानाच्या महासागरापर्यंत नेऊन पोहोचवतील. ते म्हणाले, 'भोवतीच्या अवांतर गोष्टींपासून जेवढं स्वत:ला मोकळं करून घेता येईल तेवढं करून घे. आता मागे बघू नकोस, कुठल्या गोष्टीची खंत करत बसू नकोस. तू जिथे आहेस तेच तुझं आता घर आहे.' घरापासून दूर राहावे लागते म्हणून मी दु:खी होऊन बसतो, याची मलाही आता लाज वाटू लागली. त्या दु:खाला दूर करत मीही माझ्या मनाला उभारी देऊ लागलो. कारण मला हे सांगताना, वडिलांनासुद्धा त्रास होतच असणार.

रामेश्वरमला जाण्याऐवजी मी आता माझा वेळ रामनाद गावाची ओळख करून घेण्यात घालवू लागलो. एक दिवस मी सेतुपारथी राजा पॅलेस पाहायला गेलो. माझ्या नवीन मित्रांकडून मला कळले होते की, शिवगंगाईचा राजा आणि रामनाथपुरमचा सेतुपती हे दोन मोठे राजे होते. मात्र, अर्कोटच्या नबाबाने अठराव्या शतकात त्यांचा पराभव गेला. अर्कोटच्या राज्याला दोन शत्रू होते. एक म्हणजे चंदा साहिब आणि दुसरे मुहम्मद अली खान वल्लाजाह. ब्रिटिशांनी मुहम्मद अली खान वल्लाजाहला पाठिंबा दिला, तर फ्रेंचांनी चंदा साहिब यांना पाठिंबा दिला. यातून वेगवेगळ्या लष्करी सेना आणि त्यांचे पाठीराखे यांमध्ये अंदाधुंदी माजली. आपली संस्कृती टिकावी आणि प्रांत आपल्याच ताब्यात राहावा यासाठी हा झगडा होता. या संघर्षात फ्रेंच इस्ट इंडिया कंपनी आणि ब्रिटिश इस्ट इंडिया कंपनी तेल टाकत होती.

सततच्या लढायांमुळे अखेरीस युरोपीय व्यापार कंपन्यांना मागे सारून ब्रिटिश इस्ट इंडिया कंपनीने आपली सत्ता भारतात प्रस्थापित केली. फ्रेंच कंपनी बाजूला ढकलली गेली आणि त्यांना जेमतेम पाँडेचरीचा भाग मिळाला. आपली चांगली पकड बसावी म्हणून मदुराई आणि तिरुनेलवेली यांमधला काही भाग घेऊन १९१०मध्ये ब्रिटिशांनी रामनाद हा नवा जिल्हा तयार केला.

'फोडा आणि झोडा' हे राजकारण्यांचे धोरण आयुष्यात माझ्या लवकर लक्षात आले. 'एक व्हा आणि नेतृत्व करा' हे मात्र शहाण्या लोकांचे परवलीचे शब्द होते. आपल्यातील मतभेदांमुळे आपल्यात फूट पडली असे नाही; आपण आपले वैविध्य ओळखण्यात, स्वीकारण्यात आणि साजरे करण्यास सक्षम नव्हतो, म्हणून आपल्यापेक्षा कितीतरी लहान व तुलनेने समृद्ध नसलेल्या देशांनी आपल्यावर राज्य केले. अलगतावादाने गेल्या शतकात आपण गाळात रुतल्यासारखे झालो आणि भविष्यकाळात झेप घेण्याची संधी आपण गमावली.

> *'राष्ट्रातील काही थोडी माणसे थोर असतात म्हणून राष्ट्र महान होत नाही; तर देशातली प्रत्येक व्यक्ती थोर असते म्हणून तो देश महान होत असतो.'*[७]

रामनादच्या वास्तव्यातील दुसऱ्या वर्षात एस. टी. आर. मणिक्कम या क्रांतिकारक देशभक्ताशी माझी ओळख झाली. त्यांच्या घरी मोठी लायब्ररी होती. लोकांनी येऊन फुकट पुस्तके वाचावीत यासाठी मणिक्कम उत्तेजन देत असत. पहिल्यांदा मी लायब्ररीत गेलो ते, उत्सुकतेपोटी. 'कोणती पुस्तके मी वाचावीत ते तुम्ही सुचवावे,' असे मी जेव्हा मणिक्कम सरांना म्हणालो, तेव्हा ते म्हणाले, 'वाचनाची सवय लागेल, सखोल आणि सातत्यपूर्ण वाचन ही त्याला त्याची गरज वाटेल, असं कोणतेही पुस्तक वाचकासाठी चांगलंच असतं.'

---

७. ए.पी.जे. अब्दुल कलाम, अरुण तिवारी, *यू आर बॉर्न टू ब्लॉसम*, ओशन बुक्स, २०१८. पृष्ठ ३३.

विद्यार्थ्यांच्या डोक्यात नुसती भारंभार माहिती ओतत राहणे म्हणजे शिक्षण नव्हे, तर विद्यार्थ्यामध्ये जे गुण आहेत, त्यांना बाहेर काढणे म्हणजे शिक्षण.

मणिक्कम सरांच्या लायब्ररीतील पुस्तकांचा मला मोठाच विरंगुळा वाटू लागल्याने मी तिथे नेहमी जाऊ लागलो. साधारण वर्षभरात माझी दहा पुस्तके वाचून झाली. त्यानंतर मणिक्कम सर मला म्हणाले, 'पुस्तकांचे वाचन तू चालूच ठेव. पण लक्षात ठेव, पुस्तक हे शेवटी पुस्तकच असतं. तू स्वत: विचार करायला शिकले पाहिजेस.' मणिक्कम सर हे माझे एक चांगले अनुभवी, विश्वासू सल्लागार बनले. त्यांनी माझ्या मनात पुस्तकांबद्दल हळूहळू प्रीती निर्माण केली आणि ती मला आयुष्यभर पुरली.

मणिक्कम सरांच्या लायब्ररीतील पुस्तकांनी माझ्या मनात एक खास स्थान मिळवले आहे, हे प्रथम श्वार्ट्झ स्कूलमधील अय्यादुराई सॉलोमन यांच्या लक्षात आले. माझे त्यांच्याशी छान जमत असे. सॉलोमन यांच्या मनमोकळ्या दृष्टिकोणामुळे मी वर्गात निवांत असे. उत्तम शिक्षकाकडून निकृष्ट विद्यार्थी जेवढे शिकतो त्यापेक्षा कितीतरी जास्त, चांगला विद्यार्थी सर्वसाधारण शिक्षकाकडून शिकत असतो; असे म्हणून सॉलोमन सर मला प्रोत्साहन देत असत.

माझी शिक्षणाची ही वर्षे जशी गडबडीची जात होती, तशा आपल्या देशातही अनेकानेक घडामोडी होत होत्या. १४ ऑगस्ट १९४७ या दिवशी पाकिस्तानने आपला वेगळा देश असल्याचे जाहीर केले. त्याच मध्यरात्री म्हणजे १५ ऑगस्ट १९४७ रोजी भारताला एक स्वतंत्र राष्ट्र म्हणून मान्यता मिळाली. त्यानंतर हिंदू, शीख आणि मुसलमान यांच्यात हिंसक दंगली झाल्या. जवळजवळ चौदा दशलक्ष लोक विस्थापित झाले. मानवी इतिहासात हे सगळ्यात मोठे स्थलांतर होते.

स्वातंत्र्य मिळाल्यानंतर लगेचच, पाकिस्तानमधील आदिवासी टोळ्यांनी काश्मीरवर आक्रमण केले. जेव्हा भारताने आपल्या अधिकृत भूमीवरील या औद्धत्यपूर्ण आक्रमक कृतीची तक्रार युनायटेड नेशन्सकडे नेली, तेव्हा पाश्चिमात्य देशांनी हा मुद्दा स्वत:च्या शिरावर न घेता काश्मीरला संवेदनशील क्षेत्र म्हणून घोषित केले.

स्वातंत्र्यानंतरचे वर्ष फार दुर्दैवी होते. नवी दिल्लीतील बिर्ला हाउसमध्ये ३० जानेवारी १९४८ला संध्याकाळी पाच वाजून सतरा मिनिटांनी महात्मा गांधी, मारेकऱ्याच्या गोळ्यांना बळी पडले. ते प्रार्थनासभेसाठी निघाले होते. महात्मा गांधींना कुणी ठार मारू शकते या कल्पनेने त्यांच्या मृत्यूचा मला मोठाच धक्का बसला. मी काही काळ शाळेत जाऊ शकलो नाही. मी माझ्या पालकांकडे रामेश्वरमला निघून गेलो. तिथेही मी फार कुणाशी बोलायचो नाही. मशिदीत जाऊन मी एकटाच तासन्तास मनन-चिंतन करत बसे.

एके दिवशी माझे वडील माझ्याशेजारी येऊन बसले. मला त्यांनी माझ्या दु:खाचे कारण विचारले. मी म्हटले, "आपलं जग अन्याय आणि अप्रामाणिकपणा यांनी दूषित झालं आहे. वैयक्तिक आणि सामूहिक पातळीवर सर्व प्रकारची भयानक दुष्ट कृत्यं केली जातात. कोणतंही नैतिक बंधन न पाळता असे कसे काय लोक मनमानी करतात?"

माझे वडील म्हणाले,

'वेड्यासारखं वागण्यासाठी म्हणून देवानं माणसांना जन्माला घातलेलं नाही. करमणूक म्हणून त्याने माणसांची निर्मिती केलेली नाही. खानपान, निद्रा आणि मैथुन यासाठी माणसांचा जन्म झालेला नाही. लोकांना मिळालेलं स्वातंत्र्य म्हणजे त्यांच्यावर केलेली खैरात नाहीये. ते एक बंधन आहे, ऋण आहे. आपलं जग म्हणजे परीक्षेची जागा आहे आणि निकालाच्या दिवशी, आपल्याला मिळालेलं स्वातंत्र्य आपण कसं वापरलं याचा हिशेब प्रत्येकाला द्यावा लागतो. ज्यांनी सत्याला नाकारलं, त्याकडे दुर्लक्ष केलं, त्यांनाही त्यांच्या कृत्याची कबुली द्यावीच लागेल. मग त्या वेळी लबाडी किंवा दयेची याचना उपयोगाची नाही. कारण त्या वेळी फार उशीर झालेला असेल. मग क्षमा मागून वगैरे काही उपयोग होत नसतो.'

पुढे माझे वडील मला हळुवारपणे म्हणाले,

'हे बघ, सक्ती होईपर्यंत चांगलं वागायचंच नाही, असं तू कधीही करू नकोस. तू तुझ्या इच्छेनं चांगलं वाग. आत्ताच आणि इथेच तसा निश्चय कर. ज्यावर तुझे नियंत्रण नाही, त्याची एका मर्यादेपलीकडे चिंता करत बसू नकोस. या जगात माणसाची सतत परीक्षा होत असते. या परीक्षेत उत्तीर्ण होण्यासाठी तुझी अफाट बुद्धिमत्ता आणि तुझ्या मर्यादा दोन्ही लक्षात घे. असं केलंस तर सगळ्या वाईट गोष्टींपासून तू स्वत:ला वाचवू शकशील आणि देवाला प्रिय अशा गोष्टी करण्याचा तू प्रयत्न करशील. देवाजवळ एका पावलाने पुढे जा; तो तुझ्याकडे प्रेमाने अनेक पावलांनी येईल.'

'गुरूशिवाय ज्ञान नाही.'[८]

वडिलांशी माझे असे बोलणे झाल्यावर माझ्या मनाला बरे वाटले आणि मी शाळेकडे परतलो. आता श्वार्ट्झ शाळेतही मी रमू लागलो. जुन्या इमारती, ती जागा मला आपलीशी वाटू लागली. माझ्या गावातली ऊब तिथे नसली तरी माझ्या शिक्षणासाठी तिथे जागा होती. हळूहळू शिक्षकांशीही माझे भावबंध तयार झाले.

रामकृष्ण या माझ्या गणिताच्या सरांशी माझी जास्त जवळीक झाली. त्यांना माझ्याबद्दल विशेष ममत्व होते. त्यांनी मला गणिताची गोडी लावली. रामकृष्ण सर म्हणायचे, 'गणितामध्ये बदल करण्याची ताकद आहे. त्यात एका गोष्टीचे रूपांतर दुसऱ्या गोष्टीत होते. मी भूमितीचे रूपांतर भाषेमध्ये करू शकतो. शिक्षणामुळे सुसंस्कृतपणा येतो.'

रामकृष्ण अय्यर शिक्षणाकडे आध्यात्मिक दृष्टिकोणातून पाहत असत. विद्यार्थ्यांच्या डोक्यात नुसती भारंभार माहिती ओतत राहणे म्हणजे शिक्षण नव्हे, तर विद्यार्थ्यामध्ये जे गुण आहेत, त्यांना बाहेर काढणे

---

८. स्वामी विवेकानंद (१८६३-१९०२) १ ऑक्टोबर २००४ या दिवशी डॉ. कलाम यांनी स्वामी विवेकानंदांच्या कलकत्त्यातील मूळ घराला भेट दिली. तेव्हा ते म्हणाले, विवेकानंदांचे हे शब्द त्यांना सदैव मार्गदर्शक ठरले. 'स्वत:ला शिक्षण द्या. प्रत्येकाला त्याच्या स्वभावानुसार शिक्षण द्या. निद्रिस्त आत्म्याला साद घाला, मग बघा तो कसा जागा होतो ते. निद्रिस्त आत्मा जागृत होऊन कृतिशील बनेल तेव्हा तुमच्याकडे ताकद येईल. ऐश्वर्य, चांगुलपणा, पावित्र्य... जे जे उत्कृष्ट, ते ते सर्व तुमच्याकडे येईल.

म्हणजे शिक्षण, असे ते म्हणत. शिक्षण म्हणजे घोकंपट्टी नव्हे, शिक्षण म्हणजे भरणपोषण, स्वीकार आणि जागृती. ते म्हणायचे, शिक्षण म्हणजे माणूस जसा असायला हवा, तसा बनवण्याची प्रक्रिया. रामकृष्ण अय्यर यांच्या मते, माणसातील सुप्त शक्तींचे प्रकटीकरण म्हणजे शिक्षण.

मला एकदा ते म्हणाले,

> 'नुसत्या पुस्तकी शिक्षणाने खरा माणूस बनत नाही. शारीरिक आरोग्य, मनाची शुद्धता, तीक्ष्ण बुद्धिमत्ता, नैतिक ताकद आणि जीवनाकडे पाहण्याचा आध्यात्मिक दृष्टिकोण या सगळ्यांच्या योग्य मिलाफातून परिपूर्णता मिळवता येते. विद्यार्थ्यांनी ब्रह्मचर्य (शुद्धता) पाळले पाहिजे. सत्याप्रति निष्ठा (खरेपणा) आणि धर्म (सदाचरण) त्यांना बळ देईल.'

आधुनिक काळातील मोठे संत रमण महर्षी १४ एप्रिल १९५० रोजी निवर्तले. त्यांना श्रद्धांजली वाहण्यासाठी आमच्या शाळेत शोकसभा झाली. विद्यार्थ्यांनी सांगितले की, शांततेच्या ताकदीवर असलेल्या विश्वासामुळे रमण महर्षी हे ओळखले जातात. ते फार कमी बोलत. प्रसिद्धी, गाजावाजा यांपासून ते दूर होते. प्राणी, झाडे यांचा त्यांना लळा होता. त्या दिवशी संध्याकाळी रामकृष्ण अय्यर मला म्हणाले, 'परमेश्वराच्या अनुभूतीचे वर्णन म्हणजे सत्-चित्-आनंद (अस्तित्व, जागृती आणि शाश्वत सुख). अमर्याद, शुद्ध जाणिवेचा उत्तुंग आनंदमय अनुभव म्हणजे विलक्षण सत्याचे ओझरते दर्शन होय.'

त्यांच्या बोलण्याचा अर्थ मला फार कळला असे नाही; पण इतके लक्षात आले की, जर तुमचे अंत:करण शांत आणि निर्विकल्प असेल तर बाहेरचे जगही तसेच असेल. माझे शालेय शिक्षण पूर्ण होत असताना हा विचार महत्त्वाचा ठरला.

शाळा संपल्यानंतर मी माझे पुढचे करिअर सायन्समध्ये करण्याचे ठरवले. तिरुचिरापल्ली येथील सेंट जोसेफ कॉलेजमध्ये मी प्रवेश घेतला. तोपर्यंत मी रामनादबाहेर कधीही गेलो नव्हतो. मोठ्या गावात जाण्याचा माझा हा पहिलाच प्रसंग होता. भौगोलिक दृष्ट्या तमिळनाडूच्या मध्यभागी असलेली तिरुचिरापल्ली ही ख्रिस्तपूर्व तिसऱ्या शतकात चोला राजाची राजधानी होती. कालांतराने पल्लव, मध्ययुगीन चोला, दिल्ली सल्तनत, मदुराई नायक यांच्याकडे ही राजवट सत्तांतरित होत गेली. अखेरीस ब्रिटिश राजवट येण्यापूर्वी कार्नाटिकचे नवाब चंदा साहिब यांची तिरुचिरापल्लीवर सत्ता होती.

आपल्या भूमीतील अनेक भागांप्रमाणे शास्त्र, वाङ्मय यातील संस्मरणीय कलाकृतीतून आपल्या पूर्वजांनी तिरुचिरापल्लीसही समृद्ध वारसा दिलेला होता. सातव्या शतकात तिरुचिरापल्ली ही नायकांची राजधानी होती. तिथे त्यांनी रॉक फोर्ट टेंपल बांधले आहे. गावाच्या मध्यभागी ८३ मीटर्स उंचीवरील भक्कम खडकावर हे वैभवशाली देऊळ उभे आहे.

सेंट जोसेफ कॉलेजच्या इमारती मला अगदी भव्य वाटल्या. युरोपियन संस्थांप्रमाणे त्यात सुंदर आश्रम व मनोरे होते. कॅथॉलिक चर्चच्या सोसायटी ऑफ जीझस (द जेसुइट्स) यांनी या कॉलेजची १८४४मध्ये स्थापना केली. त्यानंतर १८६९पासून हे कॉलेज मद्रास विद्यापीठाशी जोडलेले आहे.

तीन मजली इमारतीच्या होस्टेलमध्ये दोन मुलांबरोबर मला राहायला खोली मिळाली. त्यातला एक श्रीरंगमच्या सनातनी अय्यंगार ब्राह्मण कुटुंबातून आलेला होता, तर दुसरा केरळमधला सीरिअन ख्रिश्चन होता. माझ्यापेक्षा जे पूर्णपणे वेगळ्या संस्कारात वाढले, त्यांच्याबरोबर राहण्याची माझी ती पहिलीच वेळ

होती. कुणाशीही आपले सूर जुळण्यासाठी त्यांच्या श्रद्धा आणि पार्श्वभूमी यांनी फारसा फरक पडत नाही. तुम्हांला त्यांच्याबद्दल किती आस्था आहे, हे महत्त्वाचे ठरते. आमच्या आरोग्यविषयक स्वच्छतेच्या सवयी आम्ही चांगल्या ठेवल्या होत्या. तसेच काही घरगुती नियमांचे पालनही आम्ही कटाक्षाने करत असू. एका छताखाली राहायचे म्हटल्यावर चांगले संबंध राहण्यासाठी या गोष्टींचाही आम्हांला नक्कीच उपयोग झाला.

लवकरच हे दोघे जण माझे अगदी जवळचे मित्र झाले. आमचे त्रिकुट कॉलेजात आणि कॉलेजाबाहेर नेहमी एकत्र दिसू लागले. मोकळ्या वेळात आम्ही तिघे जण गावात फिरायला जात असू. एकदा रॉक फोर्ट टेंपलवर आम्ही चारशे ओबडधोबड पायऱ्या न थांबता चढून गेलो होतो.

परीक्षेचे मार्क पाहिले तर आमच्या कॉलेजात मी काही फार हुशार असा विद्यार्थी नव्हतो. पण मी अभ्यासावर भरपूर मेहनत घेत असे आणि माझे मन विकसित होण्यासाठीही प्रयत्नशील असे. यशस्वी होण्यासाठी कॉलेजमधील एका तरी शिक्षकाशी माझे चांगले जवळचे संबंध असायला हवेत, असे मला वाटू लागले. आम्हांला इंग्लिश विषय शिकवणारे, होस्टेलचे वॉर्डन रे.फादर सीक्वेरा हे असे एक शिक्षक होते. प्रत्येक विद्यार्थ्याच्या आशा, स्वप्ने, बलस्थाने आणि संस्कारक्षमता वेगळी, स्वतंत्र असते असे ते मानत. वर्गातील प्रत्येक विद्यार्थ्याकडे त्यांचे लक्ष असे. त्यांच्यामुळे वर्गात असे वातावरण तयार होई, की प्रत्येक विद्यार्थ्याला आपले विचार, भावना मोकळेपणाने व्यक्त करता येत असत. 'जीवन ही हलणारी, श्वास घेणारी गोष्ट आहे. तिला आपण सातत्याने विकसित केले पाहिजे. सतत परिवर्तन केले तरच परिपूर्णता मिळू शकते.' असे ते म्हणत.

माझे बाकीचे शिक्षकही असेच प्रभावशाली होते याबद्दल मी स्वत:ला भाग्यवान समजतो. व्यक्ती म्हणून माझा विकास व्हावा, या तळमळीमुळे त्यांनी मला अधिक शिक्षण घेण्यास उद्युक्त केले. थोथॅथ्री अय्यंगार हे गणिताचे शिक्षक मला विशेष प्रेरणादायी वाटत. माझी समजूत वाढावी, मी प्रगल्भ व्हावे, यासाठी मला थोथॅथ्री व इतर सर्वच शिक्षकांनी मदत केली. परिवर्तनाशिवाय जीवन कधीही अर्थपूर्ण होत नाही, हे मला नंतर कळत गेले. ती जाणीव माझ्या नकळत मनामध्ये होती. पण त्याचा परिणाम आपल्या संपूर्ण जीवनावर होत असतो. आपण गेलो की जगही संपते कारण जग आपल्यामुळेच असते. जगाला वाचवणारी क्रांती ही शेवटी वैयक्तिक पातळीवरून सुरू होते.

माझ्या प्राध्यापकांपैकी एक प्राध्यापक विशेष विद्वान व उदार होते. सेंट जोसेफ कॉलेजच्या तिसऱ्या वर्षाला असताना आमच्या कॉलेजच्या शाकाहारी खानावळीचा सेक्रेटरी म्हणून माझी नेमणूक झाली. एका रविवारी आम्ही रे. फादर कॅलाथिल यांना दुपारच्या जेवणासाठी बोलावले. ते म्हणाले, 'कलाम, जगातील अवांतर गोष्टीत तू उगीच गुंतून राहू नकोस. तुझा वाटा देवाने आधीच देऊन टाकलेला आहे. त्याने त्याचे हुकूमनामेही आधीच लिहून ठेवलेले आहेत. ते फक्त त्याला माहिती आहेत. तुला हवे असो किंवा नसो, पण प्रत्येक दिवशी तो तुला ताजी पोषके पुरवतो.' या थोर ख्रिश्चन गुरूचे आध्यात्मिक अनुयायित्व मी इथून पुढे वर्षभर पत्करले.

जगन्नियंत्याची शक्ती आणि योजना यांचा ज्यांना विसर पडतो, जे त्याकडे दुर्लक्ष करतात आणि भलत्याच दुय्यम गोष्टीत जे गुंतून राहतात; त्यांचे रे. फादर कॅलाथिल यांना मोठे नवल वाटे. अशा दुय्यम गोष्टींना चिकटून राहणे आणि जगन्नियंत्याची शक्ती आणि योजना यांना सोडून देणे, यामध्ये शाश्वत गोष्टी लोक विसरून जातात आणि ज्या सोडून द्यायच्या त्यांना कुरवाळत बसतात.

ज्ञान आणि त्याग या परिपूर्णतेकडे जाणाऱ्या पायऱ्या आहेत, हे मला माझ्या तारुण्यात या शिक्षकांनी मला शिकवले, त्याबद्दल त्यांचे आभार. अन्यथा सुखासक्ती आणि दुर्लक्ष या सर्पांच्या तोंडी जीवनाच्या सुरुवातीसच तुम्ही सापडता. आणखी वाईट म्हणजे ते तुम्हांला खाऊनच टाकतात.

❑

कुणाशीही आपले सूर जुळण्यासाठी
त्यांच्या श्रद्धा आणि पार्श्वभूमी यांनी फारसा फरक पडत नाही.
तुम्हांला त्यांच्याबद्दल किती आस्था आहे, हे महत्त्वाचे ठरते.

३ आशेची धिटाई

'निसर्गाला कधीच घाई नसते. लाखो वर्षांच्या हिशेबाने त्याची कामे चाललेली असतात. निसर्गाच्या पसाऱ्यात माणसाच्या आयुष्याची ऐंशी किंवा शंभर वर्षे म्हणजे केवळ त्याचा एक छोटासा अंश आहे. माणसाने आपले जीवन निद्रावस्थेत किंवा बेसावधपणे घालवले तर ते वाया जाते.'[९]

सेंट जोसेफला मी तेव्हा माझ्या शेवटच्या म्हणजे चौथ्या वर्षाला होतो. सूफी संत नाथर वली यांचा एक दर्गा होता. त्याला मी एका गुरुवारी भेट दिली. अकराव्या शतकात ते तिरुचिरापल्ली येथे दाखल झाले. श्रीलंका आणि दक्षिण भारत येथे इस्लाम पोहोचवणारे नाथर वली हे पहिले सूफी होय. अंतर्मुख होऊन काही वेळ मी या दर्ग्याजवळ बसलो. थोड्या वेळाने तिथे एक फकीर अवतीर्ण झाला.

''कशाच्या शोधात आहेस तू?'' त्याने विचारले.

''माझं खरं स्वरूप जाणून घेण्याचा मी प्रयत्न करतोय.'' मी उत्तरलो.

''मग अडचण काय आहे?'' फकिराने विचारले.

''मला ते कळत नाहीये... '' मी म्हणालो.

''नफ्स झटकून टाक.''

''नफ्स? म्हणजे?''

''नफ्स म्हणजे मानवी स्वभावात असलेले कुविचार, अहंकार, अधीरता, उतावीळपणा. प्राणी आणि वनस्पती यांचेही घटक आपल्यात असतात आणि त्यानेच आपले अवघे जीवन झाकोळून जाते. या नफ्सवर मात करणे हेच चांगल्या मानवी जीवनाचे मुख्य ध्येय असले पाहिजे. विशुद्ध अवस्था प्राप्त करणे आणि परमेश्वराच्या चरणी लीन होणे यातच माणसाची इतिकर्तव्यता आहे.'' फकीर म्हणाला.

''मनाच्या या कोणकोणत्या आध्यात्मिक अवस्था आहेत? कृपा करून स्पष्ट करा. मला खरंच याबाबत काही माहिती नाहीये.'' मी म्हणालो.

---

९. ए.पी.जे. अब्दुल कलाम, अरुण तिवारी, *गायडिंग सोल्स,* ओशन बुक्स, २००५, पृष्ठ ३७.

''देवाने काही विशेष हेतूने परिस्थिती निर्माण केलेली असते. मानसिक व आध्यात्मिक गोष्टींमुळे मानवी जीवन त्या परिस्थितीतून जात असते. विचार आणि भावना यांचा पाळणा बनून राहिलेल्या हृदयास कल्ब म्हणतात. हृदय म्हणजे, नफ्स किंवा तीव्र मनोविकार आणि रब किंवा अध्यात्म या दोन्हीच्या सैनिकांची युद्धभूमी आहे. योग्य मार्गावरून प्रवास करणाऱ्यांसाठी कल्ब या घटकाची स्वच्छता करणे ही एक आध्यात्मिक शिस्तीची आवश्यक गोष्ट आहे. त्यानंतर सिर म्हणून एक घटक आहे... आपले अहंकार. अहंकारविरहित होऊन आपल्या आयुष्यातील ऐहिक गोष्टींतून आपले लक्ष काढून घेऊन आध्यात्मिक विषयावर लक्ष केंद्रित करणे म्हणजे सिर.''

''दोन वेगळी क्रियापदं वापरलीत तुम्ही. कल्बची सफाई आणि सिर काढून टाकणे. का?'' मी विचारले.

''सफाई म्हणजे आपल्या आवडीनिवडींबाबतचे आपले पूर्वग्रह काढून टाकणे. त्यामुळे चांगले आहे ते घेतले जाते आणि वाईट आहे ते नाकारले जाते. काढून टाकणे म्हणजे अहंकारकेंद्रित मानवी प्रवृत्तींना नकार व त्यांचे विस्मरण. हे खरंच कठीण काम आहे. सातत्याने केलेली प्रार्थना आणि घेतलेली दक्षता यातूनच तुम्हांला अध्यात्मामध्ये प्रगती साधता येईल. हा एक आवश्यक असा आध्यात्मिक प्रवास आहे.'' समारोप करण्याच्या स्वरात फकीर बोलला आणि तिथून निघण्यासाठी उठला.

'नियती घडवणे हे ग्रहताऱ्यांच्या हाती नसून तुमच्या हाती आहे.'[१०]

माझे मन अगदी शांत झाले. फकीर तिथून गेला तरी मी तिथे पुढे जवळजवळ तासभर बसूनच राहिलो. त्या रात्री मला अगदी शांत आणि गाढ झोप लागली. दुसऱ्या दिवशी सकाळी उठलो तेव्हा मी ठरवून टाकले की, आता फिजिक्सचा अभ्यास थांबवायचा. त्याऐवजी मी पुढे इंजिनिअरिंगचा अभ्यास करणार. माझे उडण्याचे स्वप्न प्रत्यक्षात आणायचे असेल तर मला हेच केले पाहिजे, हे मी जाणले. शिव सुब्रमणिया अय्यर हे आमच्या वर्गाला रामेश्वरच्या पाण्यात पक्षी कसे उडतात हे शिकवत होते, तेव्हापासूनच उडण्याचे स्वप्न माझ्या मनात रुजले होते. खरे तर दोन वर्षे आधीच मी इंजिनिअरिंगची निवड करू शकलो असतो, पण सुदैवाने आताही मद्रास इन्स्टिट्यूट ऑफ टेक्नॉलॉजी (एमआयटी) इथे माझ्यासाठी सुयोग्य असा एक कोर्स चालू होता. मी लगेचच हवाई प्रवासविषयक (एरोनॉटिकल) पदव्युत्तर तीन वर्षांच्या पदविकेसाठी अर्ज केला. माझ्या अर्जाला यश आले.

या प्रतिष्ठित संस्थेमध्ये प्रवेश मिळवणे हे मात्र खर्चीक काम होते. त्यासाठी माझी बहीण झोहरा माझ्या मदतीस आली. माझी प्रवेश फी भरण्यासाठी तिने तिच्या सोन्याच्या बांगड्या आणि साखळी सोनाराकडे तारण ठेवली. असे पैसे घ्यावेत की नाहीत, याबद्दल माझ्या मनाचा निर्णय होत नव्हता; पण माझ्याकडे दुसरा काही पर्यायही नव्हता. त्याग कसा करावा हेच मला झोहराने शिकवले. हा त्याग प्रेमातूनच व्हायला हवा. नाइलाजाने न करता हा त्याग स्वखुशीने करायला हवा. ज्यांच्याजवळ तितके बळ नसेल त्यांना जर गरज असेल तर तुम्ही त्यांना बळ पुरवायला हवे. मला माझ्या बहिणीचा त्याग जन्मभर प्रेरणादायक ठरला आणि त्यामुळे योग्य त्या ठिकाणी मी मोकळेपणाने माझ्याजवळचे देत राहिलो.

---

१०. विल्यम शेक्सपीअर. डॉ. कलाम यांनी शेक्सपीअरचा फार सविस्तर अभ्यास केला होता असे नाही... पण 'ज्युलिअस सीझर' या शेक्सपीअरच्या नाटकातील हे वाक्य ते नियतीबद्दल बोलताना वापरत असत.

मला लगेचच एमआयटीमध्ये प्रवेश मिळाला. इंजिनिअरिंगचे विषय मला सोपे वाटत होते. तांत्रिक ड्रॉइंगमध्ये माझी बुद्धी सहजपणे काम करत होती. वेगवेगळ्या दृष्टिकोणांतून मला पाहता येऊ लागले. थोड्या प्रयत्नांनी एलेव्हेशन्स, सेक्शन्स असे इतर विषयही मला समजू लागले. हा कोर्स अगदी उत्तम होता. विमानोड्डाणाचे शास्त्रही मी शिकून घेतले. शिवाय, विमाने आणि अंतरिक्षयान यांमधील नियंत्रणाचे तंत्र व सुरक्षापद्धत याचाही अभ्यास केला. कोणत्याही प्रकारच्या विमानाची निगराणी, चाचणी, सुधारणा, बांधणी, आणि डिझाइन यातली कौशल्ये संपादन करण्यातून मला एक उद्दिष्टपूर्ती झाल्याचे समाधान मिळत होते. माझ्या लक्षात आले की, मला माझा उद्योग मिळाला होता.

आमच्या विभागातील शैक्षणिक वातावरण प्रखर होते. आमच्या स्टाफमध्ये आंतरराष्ट्रीय स्तरावरील तज्ज्ञ मान्यवरांचा समावेश होता. आठ-नऊ विद्यार्थ्यांचा आमचा लहान वर्ग होता. त्यामुळे वर्गमित्र व आमचे प्राध्यापक यांच्याशी आमचे चांगले आदानप्रदान होत असे.

आमचे तांत्रिक वायुगतीशास्त्राचे शिक्षक प्रा. स्पॉन्डर यांच्याबद्दल मला विशेष आपुलकी वाटत असे. ते ऑस्ट्रियन वैज्ञानिक होते. दुसऱ्या महायुद्धात नाझींनी त्यांना पकडले होते आणि त्यांना कॉन्सन्ट्रेशन कॅम्पमध्ये ठेवण्यात आले होते. योगायोग असा की, एरोनॉटिकल इंजिनिअरिंग विभागाचे प्रमुख प्राध्यापक वॉल्टर रिपेंथिन हे जर्मन होते. प्रा. टँक नावाचे एक मोठे जर्मन तज्ज्ञ हे आणखी एक प्राध्यापक आम्हांला शिकवायला होते. त्यांनी दुसऱ्या महायुद्धात Focke-Wulf FW 190 हे एक वेगळे एकआसनी लढाऊ विमान डिझाइन केले होते. जर्मन प्राध्यापक आणि प्रा. स्पॉन्डर यांच्यामध्ये एक ताण असणे स्वाभाविक होते.

> *'विद्यार्थी तयार असतो तेव्हा शिक्षक दृश्यमान होतो. तो खरेच जेव्हा तयार असतो, तेव्हा शिक्षक अदृश्य होईल.'*[११]

प्रा. स्पॉन्डर यांचे स्वतंत्र व्यक्तिमत्त्व आणि उच्च व्यावसायिक निकष यांचा मी चाहता होतो. ते नेहमी शांत, जोशीले आणि आत्मनिर्भर असत. अत्याधुनिक तंत्रज्ञानाची माहिती स्पॉन्डर यांच्याकडे होती आणि विद्यार्थ्यांनीही तशी ती संपादन करावी, अशी त्यांची अपेक्षा असे. एमआयटी संस्थेच्या आवारात आम्ही संध्याकाळी उशिरापर्यंत बराच वेळ एकमेकांशी बोलत असू.

प्रा. स्पॉन्डर यांनी मला सांगितले होते की, त्यांना खरोखर थोर भारतीय संस्कृतीचा आणि भारतीय लोकांच्या सहनशक्तीचा हेवा वाटतो. त्यांनी पुढे असे स्पष्ट केले की, ऑस्ट्रियाने इतिहासात अनेक समस्यांना तोंड दिले. ऑस्ट्रियामध्ये प्रादेशिक विविधता मोठ्या प्रमाणात आहे. ऑस्ट्रियाच्या निरनिराळ्या भागांना अनेकदा शेजारच्या देशांचा भाग होण्याची इच्छा असते. भारतीय लोकांनी मात्र कधी इतर देशांवर राज्य करायची अभिलाषा धरली नाही. त्यांच्यावर राज्य करणाऱ्यांचा धर्म, त्यांच्या प्रथा थोर भारतीय संस्कृतीने 'पचवल्या'. कित्येक परकीय राज्यकर्ते स्वतःच्या देशात कधी परतलेच नाहीत. कालांतराने ते भारतीय होऊन इथेच राहिले.

---

११. लाओ त्झु, प्राचीन चीनी प्राध्यापक. शिक्षक-विद्यार्थी यांच्या नातेसंबंधांचा अगदी खरा अर्थ म्हणून डॉ. कलाम याचा उल्लेख करतात. आपल्यापैकी प्रत्येक जण इतरांकडून शिकण्यासाठी भोवती असलेल्यांना शिकवण्यासाठी इथे आहे.

उड्डाणासंदर्भातील ॲक्रो स्ट्रक्चरचे डिझाइन आणि त्याचे विश्लेषण शिकवणारे प्रा. के.व्ही.ए. पंडालाई या आणखी एका शिक्षकाचा माझ्यावर विशेष ठसा उमटला. प्रा. पंडालाई आनंदी, मित्रत्वाने वागणारे आणि उत्साही शिक्षक होते. ते दर वर्षी नवीन, ताज्या कल्पनांनिशी वर्गाला भेट द्यायचे. बौद्धिक एकात्मताची विशेष समज मला प्रा. पंडालाई यांच्याकडून मिळाली. स्वत:च्या विचारांशी प्रामाणिक राहण्याची गरज मला माझ्या आयुष्यात त्यांच्यामुळे लवकर कळली. आणि हे साध्य करणे अगदी सोपे होते. प्रा. पंडालाई यांनी मला एक उच्च तत्त्व शिकवले. ते असे की, मी इतरांना कठोर निकष आणि कसोट्या लावतो, तेच स्वत:लाही लावायचे. तेव्हापासून मी हे तत्त्व आपलेसे केले. माझ्या संपूर्ण करिअरमध्ये मी त्यावर ठाम राहिलो. बौद्धिक एकात्मता ही बौद्धिक विनम्रतेशी जोडलेली असते. प्रा. पंडालाई हे यावर नेहमी भर देत असत. प्रा. पंडालाई यांनी आपल्या ज्ञानाच्या मर्यादा ओळखायला मला शिकवले. पूर्वग्रह, पक्षपात आणि संकुचितपणा यांना कधीही थारा देता कामा नये, असे त्यांचे मत होते. ही काही फक्त नैतिक बाब नव्हती. आपल्या ज्ञानाच्या मर्यादा लक्षात आल्या म्हणजे नवीन गोष्टी शिकून घ्याव्याशा वाटतात. अनावश्यक चुका टाळता येतात.

मी खरेच सुदैवी होतो. माझ्या शिक्षकांनी लोकांचे प्रबोधन केले. अभ्यासक्रमाच्या पलीकडचे कितीतरी त्यांनी आम्हांला शिकवले. प्रा. नरसिंग राव हे गणितज्ज्ञ होते. त्यांनी मला फक्त हवेत प्रवास करण्याची विद्या शिकवली नाही; तर अमूर्त गोष्टींबद्दलही कल्पनेच्या भराऱ्या मारण्यास आम्हांला उद्युक्त केले. मी त्यांच्याकडून हे शिकलो की, तुम्ही कुठल्याही क्षेत्रात अभ्यास करत असा; अख्ख्या जगातील तज्ज्ञांच्या सहभागापेक्षा परमेश्वराच्या सहभागाचा अभ्यास केलात तर तुम्हांला जास्त शिकता येईल.

प्रा. राव म्हणायचे, ईश्वर अनंत आहे. ईश्वराला आदी नाही आणि अंतही नाही. तो कायमच अस्तित्वात आहे आणि पुढेही असेल. आपण माणसे एक प्रकारे अर्ध-अनंत आहोत. कारण जन्म घेऊन आपली सुरुवात होते, पण आपला आत्मा अमर राहतो. हे लक्षात घेता मी या निष्कर्षाप्रत पोहोचलो की, शाश्वताच्या दृष्टिकोणातून विचार केल्यास जन्म आणि शरीराचा मृत्यू यांच्या मधल्या वेळेची लांबी महत्त्वाची नाहीये.

'तुमच्या निर्णयाच्या क्षणांनुसार तुमचे दैव आकार घेत असते.'[१२]

वेळेची लांबी महत्त्वाची नसली तरी स्वानुभवावरून मला असे दिसत होते की, त्या वेळेत तुम्ही काय करता हे सगळ्यात जास्त महत्त्वाचे असते. या संस्थेतील माझ्या शेवटच्या वर्षी माझ्याकडे एक प्रकल्पाचे आयोजन सोपवण्यात आले. एक साधे, सामान्य पातळीचे लढाऊ विमानाचे डिझाइन माझ्या चार सहकाऱ्यांना घेऊन तयार करायचे होते. त्याचे संपूर्ण डिझाइन आणि ड्रॉइंग्ज तयार करण्याची जबाबदारी माझ्यावर होती. माझ्या वर्गमित्रांनी विमान चालवण्यासाठीचे डिझाइन, बांधणी, नियंत्रण आणि साधनांची व्यवस्था अशी आपापली कामे वाटून घेतली.

नेमून दिलेले हे काम आम्ही काही काळ केले. प्रा. के. श्रीनिवासन हे आमचे मार्गदर्शक आणि एमआयटीचे संचालक होते. एक दिवस त्यांनी आमचे तयार झालेले काम पाहिले आणि फटकळपणे निराशा व्यक्त केली. आमची कामगिरी निराशाजनक असल्याचे ते म्हणाले. आमचे काम पूर्ण करण्यासाठी मी

---

१२. डॉ. कलाम यांना टोनी रॉबिन्सची *अनलिमिटेड पॉवर, अनलीश द पॉवर विदिन* आणि *अवेकन जायन्ट विदिन* ही पुस्तके आवडायची. रॉबिन्सची काही व्याख्याने त्यांनी यू ट्यूबवर पाहिली होती.

अजून एका महिन्याचा अवधी त्यांच्याकडे मागितला, तेव्हा प्रा. श्रीनिवासन यांनी त्याला अजिबात तयारी दाखवली नाही. ते मला म्हणाले, ''हे बघ, आज शुक्रवारची दुपार आहे. मी तुला तीन दिवसांचा वेळ देतो. सोमवारी सकाळी मला जर सर्व भागांची विशिष्ट रचना असलेले डिझाइन मिळाले नाही तर तुझी स्कॉलरशिप थांबवण्यात येईल.''

प्रा. श्रीनिवासन यांचा हा निर्वाणीचा इशारा ऐकून मला धक्का बसला. कारण स्कॉलरशिप हाच तर माझा आधार होता. ती थांबवली गेली असती तर मी माझे शिक्षण पुढे चालू ठेवूच शकलो नसतो. आमच्या संचालकांनी दिलेल्या तीन दिवसांच्या मुदतीत आमच्यावर सोपवलेली कामगिरी फत्ते करण्यावाचून आमच्यापुढे दुसरा काही पर्याय नव्हता.

मी माझ्या सहकाऱ्यांशी बोललो. घड्याळाच्या काट्यावर आपल्याला आता काम करायला हवे, यावर साऱ्यांचे एकमत झाले. त्या दिवशीच्या रात्री आम्ही कुणीही झोपलो नाही. प्राध्यापकांनी दिलेली मुदतच तशी होती. जेवणखाण न करता प्रत्येक जण ड्रॉइंग बोर्डवर काम करत राहिला. शनिवारी मी फक्त एक तास कामापासून बाजूला झालो. रविवारी सकाळी माझे डिझाइन पूर्ण होण्याच्या बेतात असताना लॅबोरेटरीत कुणीतरी आल्याचे माझ्या लक्षात आले. ते प्रा. श्रीनिवासन होते. आमचे काम कुठपर्यंत आले आहे ते पाहत होते. माझी ड्रॉइंग्ज पाहिल्यावर त्यांनी मला थोपटले आणि आपुलकीने मला जवळ घेऊन म्हणाले, ''मला माहीत होतं की, मी तुझ्यावर ताण आणतोय आणि मी तुला अवघड डेडलाइन दिली. पण ताण घेतल्याशिवाय प्रगती होत नाही. No Stress, No Progress!''

या अनुभवावरून एक अटळ सत्य मला जाणवले. माझ्या लक्षात आले की, आपण सगळेच जीवनाचा अटीतटीचा खेळ खेळत असतो. आपल्याला तो हवा असो किंवा नसो. जे तो खेळ चांगल्या तऱ्हेने खेळतात, ते जिंकतात. जे वाईट खेळतात, ते हरतात. आणि आपण खेळ खेळतो आहोत हेच ज्यांना कळत नाही, ते निष्ठुर नशिबाचे धनी ठरतात. आयुष्याचा डाव जिंकणे हीच आपली नियती आहे. कारण आपल्याला परमेश्वरापर्यंत पोहोचायचे आहे. आयुष्याचा खेळ खेळण्याचे आपण नाकारतो किंवा तो वाईट तऱ्हेने खेळतो, तेव्हाच नशिबाचे फेरे सुरू होतात.

'प्रत्येक गोष्टीमागे दैवी हेतू असतो. प्रत्येक गोष्टीत दैवी अस्तित्व असते.'[१३]

सव्विसाव्या वर्षी मी एमआयटीमधून पदवीधर झालो आणि जीवनाचा खेळ खेळण्यास तयार झालो. बंगलोरमधील हिंदुस्थान एरोनॉटिक्स लि. (HAL) येथे ग्रॅज्युएट ट्रेनी म्हणून माझी निवड झाली. HALमधील इंजिन विभागात माझी पहिली नेमणूक करण्यात आली. विमानाच्या इंजिनमधील टर्बाइन आणि पिस्टन यांचे परीक्षण आणि दुरुस्ती अशा स्वरूपाचे ते काम होते. अचूकता हे या कामाचे सगळ्यात महत्त्वाचे अंग होते. दिरंगाई झाल्यास थेट दुर्घटनेस निमंत्रण दिल्यासारखे होते. रॅकिटसंबंधीच्या भावी करिअरच्या दृष्टीने मला मिळालेले इथले प्रशिक्षण चांगलेच होते.

---

१३. नील डोनाल्ड वॉल्श (जन्म १९४३) हा *कॉनव्हर्सेशन विथ गॉड* या नऊ पुस्तकांच्या मालिकेचा अमेरिकन लेखक. डॉ. कलाम यांनी ही पूर्ण मालिका वाचली होती. २०१४ सालच्या *गॉड्स मेसेज टू द वर्ल्ड : यू हॅव गॉट मी ऑल रॉंग* या पुस्तकात त्याबाबत माझ्याशी त्यांनी सविस्तर चर्चा केली आहे.

बौद्धिक एकात्मता ही बौद्धिक विनम्रतेशी जोडलेली असते.
प्रा. पंडालाई हे यावर नेहमी भर देत असत. प्रा. पंडालाई यांनी
आपल्या ज्ञानाच्या मर्यादा ओळखायला मला शिकवले. पूर्वग्रह, पक्षपात
आणि संकुचितपणा यांना कधीही थारा देता कामा नये, असे त्यांचे मत होते.
ही काही फक्त नैतिक बाब नव्हती. आपल्या ज्ञानाच्या मर्यादा
लक्षात आल्या म्हणजे नवीन गोष्टी शिकून घ्याव्याशा वाटतात.
अनावश्यक चुका टाळता येतात.

काही काळानंतर मला नोकरीच्या आणखी दोन संधी मिळाल्या. शॉर्ट सर्व्हिस कमिशनद्वारा एअरफोर्समध्ये एक पद होते. शिवाय संरक्षण मंत्रालयातील संरक्षण उत्पादन विभागाच्या अखत्यारीतील, डायरेक्टोरेट ऑफ टेक्निकल डेव्हलमेंट अ‍ॅण्ड प्रॉडक्शन (डीटीडीअ‍ॅण्डपी) यांनीही इंजिनिअर्सच्या जागेसाठी जाहिरात दिली होती. मी दोन्ही ठिकाणी अर्ज केले. १९५८च्या जानेवारीमध्ये मला इंडियन एअरफोर्स, डेहराडून आणि डीटीडीअ‍ॅण्डपी (एअर), नवी दिल्ली इथे मुलाखतींसाठी बोलावणे आले. आता मला देशाचा विस्तीर्ण भूप्रदेश धुंडाळावा लागणार होता. मद्रास सेंट्रल स्टेशनला ग्रॅण्ड ट्रंक (जीटी) एक्सप्रेसमध्ये मी चढलो आणि खिडकीशेजारची जागा पटकावली.

दोन दिवस आणि एक रात्र एवढ्या प्रवासाने आपली भूमी आणि तिचा इतिहास याबद्दलचा माझा दृष्टिकोण बदलून गेला. पहाडी आणि वाळवंटी प्रदेशातील शत्रूला, गंगा नदी आणि तिच्या अनेक उपनद्यांच्या काठावरील समृद्ध आणि सुपीक पठारे, आक्रमण करण्यास का प्रवृत्त करत असतील, हे मला आता समजून घेता येत होते. विंध्य आणि सातपुडा पर्वतरांगांच्या आसऱ्यामुळे कर्कवृत्तावरील भारताचा दक्षिण भाग शत्रूपासून कसा सुरक्षित आणि अस्पर्श राहिला असेल, हेही मला कळत होते. भारताचा समुद्रात जाणारा जमिनीचा निमुळता होत जाणारा प्रदेशही नर्मदा, तापी, महानदी, गोदावरी आणि कृष्णा या नद्यांनी जाळे विणून सुरक्षित ठेवला होता. अगदीच एखादा निश्चयाचा शत्रू एवढ्या लांब दक्षिणेपर्यंत पोहोचू शकतो.

डीटीडीअ‍ॅण्डपी (एअर) इथली माझी मुलाखत आटोपल्यावर मी डेहराडूनला जाणारी गाडी पकडली. मीरत या ऐतिहासिक शहरावरून आमची रेल्वे जाणार होती. दहा मे १८५७ या दिवशी भारताचे पहिले स्वातंत्र्ययुद्ध इथून सुरू झाले. मी रुरकीला उतरलो आणि पिरान कलियार या दर्ग्याला भेट दिली. चिश्ती ऑर्डरचे अलाउद्दिन अली अहमद साबिर कलयारी या सूफी संतांनी तेराव्या शतकात हे ठिकाण पवित्र स्थळ म्हणून घोषित केले होते. डेहराडून येथील क्लीमेंट टाऊनमधील एअर फोर्स सिलेक्शन बोर्ड (1AFSB) इथे पोहोचेपर्यंत माझे मन शांत झाले होते. एक आध्यात्मिक ऊर्जा माझ्या मनात भरून राहिली होती.

पहिल्या टप्प्यातील सर्व परीक्षा मी सहजतेने दिल्या. पहिल्या दिवशी यामध्ये बौद्धिक चाचणी आणि इतर अनेक परीक्षा घेतल्या गेल्या. दुसऱ्या टप्प्यासाठी पंचवीस उमेदवार निवडण्यात आले. या परीक्षा पाच दिवस चालल्या. यात मानसिक चाचणी व इतरही काही गट-चाचण्या घेतल्या गेल्या. सर्व परीक्षांमध्ये मी उत्तीर्ण झालो. आपली निवड होईल अशी आशा असलेल्या माझ्यासारख्याच इतर सहकाऱ्यांबरोबर शेवटच्या दिवशी माझी मुलाखत घेण्यात आली. त्यांना आठ अधिकाऱ्यांची निवड करायची होती. पंचवीस

उमेदवारांमध्ये मी नवव्या क्रमांकाने उत्तीर्ण झालो. मी फार निराश झालो; धक्काच बसला मला. हवाई दलात रुजू होण्याची संधी थोडक्यात हुकली, हे समजून घेताना मला फार त्रास पडला.

ध्येयसिद्धी न झाल्याने निराश झाल्यामुळे, दिल्लीला परत जाण्यापूर्वी मी ऋषीकेशला जाण्याचे ठरवले. मी गंगेत स्नान केले आणि शिवानंद आश्रमाची वाट धरली. एका डोंगरावर थोड्याशा चढावर हा आश्रम होता. मला तिथे स्वामी शिवानंद भेटले. माझे मुस्लीम नाव ऐकल्यावर त्याबाबत स्वामीजींनी कसलीही प्रतिक्रिया व्यक्त केली नाही आणि मी शब्दानेही काही सांगितलेले नसताना त्यांनी माझ्या दु:खाचे कारण विचारले. बराच काळ मनात बाळगलेली वायुदलात जाण्याची माझी आकांक्षा व त्यासाठी केलेल्या अयशस्वी प्रयत्नांविषयी मी त्यांना थोडक्यात सांगितले. मी स्वामीजींना सांगितले की, माझ्या सर्व स्वप्नांचा चुराडा झाला.

स्वामीजींनी मला जसे आयुष्य येईल तसे त्याला सामोरे जाण्यास सांगितले. ते म्हणाले,

> 'नियतीचा स्वीकार कर आणि पुढचे जीवन जगायला लाग. तू काय बनावेस याविषयी नियतीने काय ठरवले आहे, ते तुझ्यापुढे आत्ता स्पष्ट झालेले नाही. योग्य वेळी तुला ते कळेल. आत्ताचे अपयश विसरून जा. कारण तुझा जो नियत मार्ग आहे, तिथे तुला घेऊन जाण्याची तिची इच्छा आहे. तू स्वत:शी प्रामाणिक राहा. बाकी सारे दैवावर सोडून दे.
>
> 'देवावर विश्वास ठेव आणि निर्भयपणे जीवनाची मार्गक्रमणा करत राहा. देव जे करेल ते चांगलेच असेल, अशी आशा मनात ठेव. देवावर विश्वास ठेवणारा माणूस भोवतालच्या प्रत्येकाचे भले व्हावे यासाठी त्याचा जास्तीत जास्त वेळ व्यतीत करतो. सर्वसाधारण प्रथा-परंपरांच्या पलीकडे तो जाऊन पोहोचतो आणि मग प्रथांचा क्रम योग्य प्रकारे होऊन त्याचा फायदाच होतो. तू कधी कल्पनाही केली नसशील अशा मार्गाने तुझी तरतूद केली जाते आणि तीच तुला स्वीकारावी लागते.

आश्रम सोडल्यानंतरही स्वामीजींचे शब्द माझ्या मनात घर करून राहिले. ऋषीमुनींचा तो हिमालयाच्या पायथ्याचा पवित्र प्रदेश सोडून मी ऐहिक जगाकडे जाण्यास तयार झालो. दिल्लीकडे जाणाऱ्या गाडीत मी माझ्या नियतीने ठरवलेल्या मार्गावर जाण्यासही तयार झालो... जरी त्या मार्गावरून मी जाण्याचे ठरवले नव्हते तरी!

❑

४ आडवाटेवरची भ्रमंती

'ग्रामीण भागात किंवा लहान गावात राहणारा, मध्यमवर्गीय, ज्याचे पालक फार शिकलेले नसतात, केवळ आपले अस्तित्व टिकवण्यासाठी झगडावे लागण्याची पार्श्वभूमी असलेला; अशा माझ्यासारख्या माणसांना नेहमीच एखाद्या कोपऱ्यात राहावे लागण्याचा धोका असतो. खूप मोठा बदल घडून आला तरच माझ्यासारखी माणसे अनुकूल वातावरणात ढकलली जातात. मला माहीत होते की, माझ्यासाठी मला स्वत:लाच संधी निर्माण कराव्या लागतील.'[१४]

मी दिल्लीला आणि टेक्निकल सेंटर (सिव्हिल एव्हिएशन)चा भाग असलेल्या डायरेक्टोरेट ऑफ टेक्निकल डेव्हलपमेंट ॲण्ड प्रॉडक्शन (एअर) या संस्थेत रुजू झालो. लष्करी विमान, उड्डाणाची यंत्रणा आणि इतर हवाई प्रवासाची साधने यांची क्षेत्रीय तपासणी ही संस्था करत असे. वरिष्ठ शास्त्रीय सहायक (SSA) म्हणून मी ही तपासणी करत असे. विमान उड्डाणायोग्य आहे किंवा नाही ते पाहून, मी तसे शिफारसपत्र देत असे. सुरक्षित उड्डाणासाठी हे एक मोजमाप होते. ज्या तरुणाने वैमानिक होण्याचे स्वप्न पाहिले, त्याच्यासाठी ही एक मोठीच निराशेची गोष्ट होती. तरीही मी ठरवले की, मी डेहराडूनच्या अपयशात अडकून राहणार नाही. मी जरी विमानातून प्रवास करत नसलो तरी ते उडण्यासाठी सज्ज राहावे म्हणून मदत तर करत आहे!

कालांतराने एअर फोर्समधील अपयशाकडे मी एका वेगळ्या दृष्टिकोणातून पाहू लागलो. मला असे वाटले की, ही वेळ अशी आहे, की जे काही मला मिळाले आहे, त्याबद्दल कृतज्ञ असायला हवे. आपण माणसं जन्माला येतो, तेव्हा किती लडबडलेलो असतो आणि मरतानाही जाळून किंवा पुरून संपून जातो. शांत राहून, वस्तुस्थिती लक्षात घेऊन, मी माझे काम एखाद्या जवानाच्या शिस्तीप्रमाणे, संताच्या समतोल वृत्तीने करत असे. तरीसुद्धा कधीकधी माझी सर्जनशील ऊर्जा मला त्रास देत असे. वाटायचे, या प्रकारचे काम आपल्यासाठी बरोबर आहे का? अशा विचारांना थारा मिळू नये म्हणून मी स्वत:ला सतत कामात व्यस्त ठेवत असे. काही महिन्यांनंतर मला कानपूरमधील एअरक्राफ्ट ॲण्ड आर्मामेंट टेस्टिंग युनिट (A&ATU) येथे पाठवण्यात आले. ब्रिटिश फोलन्ड नॅटचे विषुववृत्तीय मूल्यमापन करण्याच्या कामात मी सहभागी झालो. हे एका बैठकीचे, हलके, जमिनीवरून हल्ला करण्याचे व तो परतवून लावण्याचे लढाऊ विमान होते.

---

१४. ए.पी.जे. अब्दुल कलाम, अरुण तिवारी, *विंग्ज ऑफ फायर*, युनिव्हर्सिटी प्रेस १९९९, पृष्ठ २८.

ते नव्याने इंडियन एअर फोर्समध्ये दाखल होणार होते. त्या काळातही कानपूर गर्दीचे, गजबजलेले शहर होते. तिथे स्वस्थता नव्हती. उत्तर भारतातील हिवाळ्याचा माझा तो पहिलाच अनुभव होता. उष्ण प्रदेशात, वर्षभर ऊबदार हवामानात राहणाऱ्या तरुणाला इथली थंडी म्हणजे मोठाच त्रास होता. मला तिकडे नेहमी भात खाण्याची सवय असताना प्रत्येक जेवणात रोज बटाटे बघून तर मी वैतागून गेलो.

कानपूरमध्ये आजूबाजूला पुष्कळ लोक असूनदेखील मला तिकडे अगदी एकटे पडल्यासारखे वाटू लागले. मोठ्या शहरांमध्ये असा एकटेपणा येऊ शकतो. कानपूरच्या कारखान्यांमध्ये काम मिळावे म्हणून गावाकडून आलेले लोक रस्त्यावर दिसत होते. त्यांच्या जगण्याला उद्दिष्ट देणारा, स्थैर्य देणारा त्यांच्या मातीचा वास, कुटुंबाचे संरक्षण हे सगळे ते मागे सोडून आले होते. या लोकांचा इथे छळ केला जात होता. कमी मोबदल्यावर राबवले जात होते. भरकटत चालले होते ते. मला नवल वाटत होते की, एवढ्या थोर परमेश्वराची लेकरे इतकी दीनवाणी कशी?

कानपूरमध्ये मला बोलायला फारसे कुणी नसल्याने मी वाचनाची सवय विकसित केली. विशेषतः वृत्तपत्रे आणि त्यातले अग्रलेख मी नित्यनेमाने वाचू लागतो. भारत आणि चीन यांच्यातले धुमसते संबंध मला कळले. चीनी लष्कराच्या छळाला कंटाळून तिबेटचे राज्यकर्ते दलाई लामा ३० मार्च १९५९ रोजी भारताच्या सीमेवर येऊन पोहोचले. भारतीय लष्कराने त्यांना बोमिडिला इथे, म्हणजे आताच्या अरुणाचल प्रदेशमध्ये तात्पुरती सुरक्षितता पुरवली. दलाई लामा आणि त्यांचे अनुयायी यांना आसरा देण्याचे भारताने कबूल केले. लवकरच हिमाचल प्रदेशमधील धरमशाला इथे स्थलांतरित तिबेटचे सरकार स्थापन झाले.

दलाई लामांना ज्या प्रकारे त्रास दिला गेला त्यावरून साऱ्या जगाचीच काय स्थिती आहे यावर मी विचार करू लागलो. शांतता आणि पूज्यभावाचे पुरस्कर्ते असलेल्यांनाच लष्करी दबावाचा त्रास का व्हावा? उत्क्रांतीमध्ये मनुष्याचा नैसर्गिक स्वभाव कसा झाला आहे? त्याला शांतता हवी असते की तो सहजपणे हिंसेच्या आहारी जातो?

> *'माणुसकीवरचा विश्वास कधीही गमावू नका. मानवता हा एक महासागर आहे. त्यातले थोडे थेंब घाणेरडे झाले म्हणून सारा समुद्र काही घाण होत नाही.'*[१५]

माणूस जेव्हा हिंसक बनतो तेव्हा ती कृती केवळ त्याच्यापुरती नसते. तो त्या ग्रहाचे पर्यावरणच बिघडवत असतो. १३ फेब्रुवारी १९६० या दिवशी फ्रान्स या देशाने पहिली न्यूक्लिअर चाचणी घेतली. त्याचे सांकेतिक नाव ठेवले होते, ब्लू डेझर्ट रॅट. अल्जेरियातील सहारा वाळवंटात ही चाचणी घेतली गेली. यात सत्तर किलोटन स्फोटके होती. ६ ऑगस्ट १९४५ रोजी अमेरिकेने हिरोशिमावर लिटल बॉय या नावाने न्यूक्लिअर बाँब टाकला होता. त्याच्यापेक्षा फ्रान्सच्या या बाँबची शक्ती चारपटीने जास्त होती. अल्जेरियामधील न्यूक्लिअर चाचणीमुळे वातावरणाचे मोठ्या प्रमाणात नुकसान झाले. वाऱ्याने जमिनीची धूप झाल्याने वाळूच्या टेकड्या हलल्या होत्या. स्फोटातून उत्सर्जन झालेल्या किरणांमुळे शेतातील पाळीव प्राणी आणि जैवविविधता यांच्यावर संकट आले होते. ऋतुमानानुसार स्थलांतर करणारे, सरपटणारे प्राणी,

---

१५. महात्मा गांधी

पक्षी दिसेनासे झाले. आपल्यासारखाच जीव असलेल्या पशुपक्ष्यांचे इतके नुकसान माणूस कसे करू शकतो? स्वत:च्याच ग्रहाचा एवढा विध्वंस तो कसा करतो?

अशा गोष्टींवर विचार करण्यात मी एकट्यानेच अनेक रात्री घालवल्या. या प्रश्नांची उत्तरे मिळण्याइतका मी वयाने मोठा नव्हतो. पण हे प्रश्न माझ्या मनाला सतत टोचत राहत. हिंसा, परस्परसंबंध आणि सहकार्य हे सगळे मानवी स्वभावाचेच पैलू आहेत, असे मला वाटू लागले. माझ्या लक्षात आले की, उत्क्रांती माणसाला फक्त हिंसक किंवा शांतताप्रिय बनवत नाही; तर परिस्थितीनुसार वेगवेगळ्या प्रकारे प्रतिसाद देण्यास तिने शिकवलेले असते. तसेच काही कारण उद्‌भवले, तर तो हिंसा करण्याची जोखीम घेतो. जगाच्या बहुतेक भागात अन्न पिकवणे हे तुलनेने सोपे असताना त्याऐवजी तेल आणि खनिजे यांसारख्या व्यावहारिक गोष्टींमध्ये माणूस अडकून राहिला आहे, या जाणिवेने मी दु:खी होत असे.

कानपूरमध्ये राहिल्याने माझी क्षितिजे विस्तारली. पण लवकरच माझे काम मला परिचित असलेल्या दक्षिणेतील जगाकडे नेत होते. एचएएलमध्ये १९५० आणि १९६०च्या दशकात मोठमोठे विमानविषयक प्रकल्प हाती घेतले जात होते. एचएएल या संस्थेस संशोधन आणि विकास यांची मदत पुरवण्यासाठी १९५९मध्ये द एरोटिकल डेव्हलपमेंट एस्टॅब्लिशमेंट स्थापन करण्यात आली. वेगवेगळ्या संस्थांमधील, लष्करी विमाने उडवण्यास तांत्रिक मदत करणारे इंजिनिअर्स एकत्र करून, नवीन संस्थेसाठी त्यांची एक अंतर्गत मुख्य टीम बनवण्यात आली. या इंजिनिअर्सपैकी मी एक होतो. भारतीय विमान दलास साधने पुरवण्याचे आमचे काम होते.

मी ADEमध्ये प्रवेश करत होतो, तेव्हाच एअर इंडिया इंटरनॅशनल जेटयुगात प्रवेश करत होते. २१ फेब्रुवारी १९६० या दिवशी एअर इंडिया इंटरनॅशनलने ७०७-४२० हे बोइंग विमान खरेदी केले. पहिल्या एशियन एअरलाइनच्या ताफ्यात हे जेट लढाऊ विमान दाखल झाले. न्यू यॉर्क इंटरनॅशनल एअरपोर्ट, ॲण्डरसन फील्ड (नंतरचे J.F.K. International Airport) व्हाया लंडन यांना जेट सुविधा पुरवण्याचे उद्‌घाटन याच वर्षी १४ मे रोजी झाले. आठ जून १९६२ या दिवशी या एअरलाइन्सचे 'एअर इंडिया' असे छोटे नाव अधिकृत रीत्या केले गेले. अकरा जून १९६२ रोजी एअर इंडिया हे जगातील पहिले ऑल-जेट एअरलाइन बनले.

१९६०च्या दशकाच्या सुरुवातीस भारत हा आपली एक वैज्ञानिक देश म्हणून ओळख निर्माण करू पाहत होता. या सुमारास पाच भारतीय तंत्रविज्ञान संस्था तयार झाल्या. खरगपूरला १९५०मध्ये, मुंबईला १९५८मध्ये, मद्रास आणि कानपूर येथे १९५९मध्ये आणि दिल्लीला १९६१ या वर्षी आयआयटी संस्था स्थापन झाल्या. या संस्था खऱ्या अर्थाने जागतिक स्तरावरील बनाव्यात म्हणून अध्यापकवर्ग वगैरेसाठी परदेशातून मदत घेण्यात आली. मुंबईतील आयआयटीसाठी रशियाने मदत केली. कानपूर येथील आयआयटी संस्थेसाठी अमेरिकेची मदत घेण्यात आली. जर्मनीकडे व्यापारातून जमा झालेला पैसा भारतातील दक्षिणेतील संस्थेसाठी देण्यास त्यांचे मन वळवण्यात आले. सुरुवातीला जर्मन सरकारने या संस्थेसाठी बंगलोरचे ठिकाण सुचवले. त्या वेळी सी. सुब्रमण्यम हे शिक्षणमंत्री होते. त्यांनी जर्मन सरकारच्या प्रतिनिधींना, मद्रासमधील गव्हर्नरच्या जमिनीचा, नवीन संस्थेसाठी उपयोग करण्यास उद्युक्त केले. इंग्लंडचे सरकार आणि फेडरेशन ऑफ ब्रिटिश इंडस्ट्रीज यांच्या मदतीने आपण दिल्ली येथे आयआयटी संस्थेची उभारणी केली.

बंगलोर हे उद्यानांचे शहर मला राहण्यासाठी एकदम छान ठिकाण वाटले. गर्दीच्या, प्रदूषित कानपूरपेक्षा

आणि उच्चभ्रू, उद्धट दिल्लीपेक्षा हे शहर अधिक चांगले होते. मी आता भारतीय समाजाचा अविभाज्य भाग बनलो होतो. भारतामध्ये अगदी टोकाची, विचित्र स्वभावाची माणसे आढळतात. टिकून राहण्यासाठी अवलंबलेले धोरण म्हणून, भारतीय लोकांनी एकाच वेळी सहानुभूती आणि क्रूरता, संवेदनशीलता आणि कठोरता, सखोलता आणि चंचलता हे गुण धारण करण्याची असामान्य क्षमता विकसित केली आहे. जातीयता आणि वेगवेगळ्या राज्यकर्त्यांशी असलेली निष्ठा यांमुळे एक राष्ट्र म्हणून उभे राहण्यात भारतीय लोकांना अडचणी येतात. त्यामुळेच देशाला आधुनिक व एकसंध राष्ट्र बनवण्याचे काम अजूनही पुरे झालेले नाही. दु:ख व्हावे अशा तऱ्हेने हे काम अगदी सावकाश चालू आहे. आपल्या लवकरच लक्षात येईल की, या अलगतावादामुळेच आपण दुबळे झालो आहोत.

> *'शांतता म्हणजे भांडणाची अनुपस्थिती नव्हे; तर शांततेच्या मार्गाने विरोधांना सामोरे जाण्याची क्षमता होय.'*[१६]

२१ सप्टेंबर १९६२ या दिवशी चीन आणि भारत यांच्या सीमावादाने उघडउघड युद्धाचे स्वरूप धारण केले. लडाखमध्ये चीनने मोठीच आगळीक केली आणि मॅकमोहन रेषा ओलांडली. ब्रिटिश आणि तिबेटी सरकारने १९१४मध्ये सीमारेषा म्हणून मॅकमोहन रेषा मान्य केली होती. तिबेट चीनला जोडला गेल्यामुळे मॅकमोहन रेषा ही भारत आणि चीन या दोन देशांमधली सीमारेषा बनली. चीनने तडकाफडकी मॅकमोहन रेषा ओलांडून भारतीय प्रदेशावर ताबा मिळवणे हा भारत-चीन युद्धामधला भारताचा राष्ट्रीय अपमान होता. सोव्हिएत युनियन, अमेरिका आणि ग्रेट ब्रिटन यांनी या गोष्टीची गंभीरपणे दखल घेतली आणि भारतास लष्करी मदतीचे आश्वासन दिले. मग चीनने आपले सैन्य मागे घेतले आणि १९ नोव्हेंबर १९६२ रोजी युद्धाची समाप्ती झाली.

हे युद्ध म्हणजे सज्ज असलेल्यांनी गाफील असलेल्यांवर कशी मात केली याचे पाठ्यपुस्तकच होते. भारताचा पराजय चिनी सैन्य भारतीय सैन्यापेक्षा कदाचित आठ पटींनी जास्त होते म्हणून झाला नाही; तो झाला इथल्या वादविवादप्रिय राजकारणींमुळे आणि पोटात काही न पचणाऱ्या जनरल्समुळे. याउलट, चीनचे नेतृत्व हे अधिक एकसंध आणि निर्णायक होते.

भारताने आपल्या मायभूमीच्या रक्षणासाठी सदैव तयार असले पाहिजे, हा विचार या भारत-चीन युद्धामुळे माझ्या मनावर कायमचा ठसला. आपल्या देशाची सीमारेषा १५,१०७ किलोमीटर लांबीची आहे. ती सात देशांना लागून जाते. यातले काही देश आपले स्पर्धक आहेत आणि काही तर आतंकवाद्यांना आश्रय देणारे आहेत. म्हणूनच सशस्त्र लढाईसाठी आपल्या सैन्याने नेहमी शस्त्रसज्ज राहायला हवे. मुत्सद्देगिरी आणि नैतिक वागणूक या गोष्टी आवश्यकच आहेत. जसे, माणसाजवळ हे गुण नसतील तर त्याचे नुकसान होते तसेच देशाचेही होते. पण निसर्गाचा हा मूलभूत कायदा आपण कधीही विसरता कामा नये : शक्तिशाली असलेल्यालाच दुसरा शक्तिशाली मान देतो.

---

१६. रोनाल्ड रेगन, अमेरिकेचे चाळिसावे अध्यक्ष, १९८१ ते १९८९ या काळात ते कार्यरत होते. न्यूक्लिअर शस्त्रास्त्रे भारताविरुद्ध वापरली जाऊ नये म्हणून ती आपल्याकडे ठेवण्याचा डॉ. कलाम यांचा निश्चय होता.

'धीर आणि स्वीकार यांना पर्याय नाही.'[१७]

आपल्या देशाच्या सुरक्षिततेबद्दलच्या माझ्या विचारांच्या पार्श्वभूमीवर मी आभाळास हात टेकवण्यास उत्सुक झालो होतो. डिपार्टमेंट ऑफ अॅटॉमिक एनर्जी या विभागास मदत करण्यासाठी द इंडियन नॅशनल कमिटी फॉर स्पेस रिसर्च (INCOSPAR) ही नवीन संस्था १९६२मध्ये स्थापन करण्यात आली. अहमदाबादमधील फिजिकल रिसर्च लॅबोरेटरी (PRL) या संस्थेचे संचालक डॉ. विक्रम साराभाई हे PRLची धुरा सांभाळत होते. इंडियन स्पेस प्रोग्रामला आकार देण्याचे काम या संस्थेवर सोपवलेले होते.

या उभरत्या स्पेस प्रोग्रामला बाळसे आणण्यासाठी डॉ. साराभाई अनेक प्रकारच्या भूमिका निभावत होते. ते फिरते मुत्सद्दी, शिक्षक, धोरण ठरवणारे, मित्र, सल्लागार, नेता आणि या यंत्रणेची उभारणी करणारे होते. शास्त्रीय ख्याती, उच्च सामाजिक प्रतिष्ठेची पार्श्वभूमी आणि सरळ-साधे व्यक्तिमत्त्व अशा समसमा संयोगामुळे त्यांच्या परिचितांमध्ये साराभाईंबद्दल निष्ठा होती. त्यांच्यासाठी झोकून काम करण्यासाठी ते तयार झाले.

प्रा. एमजीके मेनन यांच्या टाटा इन्स्टिट्यूट ऑफ फंडामेंटल रीसर्चचा भाग म्हणून INCOSPARने काम करण्यास आरंभ केला. त्यांचे पहिले काम हे होते की, चांगल्या लोकांना इथे काम करण्यासाठी आकर्षून घ्यायचे आणि आवश्यक ती कौशल्ये शिकवून त्यांना तयार करायचे. त्यासाठी प्रा. मेनन एडीई, बंगलोरमध्ये आले होते. माझ्याशी बोलून त्यांनी मला या संस्थेत रुजू होण्यासाठी विचारले.

INCOSPARचे पहिले उद्दिष्ट अगदी सरळसाधे होते : केरळमधील थुंबा येथे साउंडिंग रॉकेटच्या[१८] उड्डाणासाठी एक साधासुधा चौथरा उभारणे. तिथून आंतरराष्ट्रीय शास्त्रीय समुदायाला तपशील गोळा करण्यासाठी सुविधा पुरवायची. उपग्रह आणि उपग्रह लॉंच करण्याची व्हेइकल्स[१९] विकसित करण्याबाबत सुरुवातीला जरी उल्लेख केलेला नसला तरी डॉ. साराभाईंच्या मनात ते असणार. भारतातील विषुववृत्तापासून सगळ्यात जवळ असलेले ठिकाण, बंदराजवळची निवडलेली जागा यांमुळे थुंबा हे जिओस्टेशनरी सॅटेलाइट लॉंच करण्यासाठी अगदी सुयोग्य ठिकाण होते.[२०]

---

१७. सेसर छावेझ (१९२७-१९९३) हा अमेरिकन कामगार नेता व नागरी हक्क कार्यकर्ता होता. डॉ. कलाम यांनी त्याची घोषणा घेतली आहे, 'आय कॅन डू इट.' मूळ स्पॅनिश घोषणेचा अर्थ, 'होय, कुणीही करू शकते.' किंवा 'होय, हे करता येते.'

१८. वरील भागातील वातावरण आणि अवकाश यांची माहिती मिळवण्यासाठी शास्त्रीय उपकरणाने साउंडिंग रॉकेट्स लॉंच केली जातात.

१९. पृथ्वीतलावरून बाहेरील अवकाशात सॅटेलाइट वाहून नेणारे रॉकेट सोडण्यासाठी सॅटेलाइट लॉंच व्हेइकल वापरले जाते.

२०. जिओस्टेशनरीच्या कक्षेत जिओस्टेशनरी सॅटेलाइट हा उपग्रह बसवला जातो. पृथ्वीच्या विषुववृत्तावर ३५,७८६ किलोमीटरची ही गोलाकार कक्षा असते. पृथ्वीचे परिभ्रमण ज्या दिशेने होत असते, त्यानुसार ती असते. त्यामुळे हा उपग्रह हालचाल करताना दिसत नाही. जमिनीवरील निरीक्षकांसाठी तो आकाशात एकाच ठिकाणी पक्का ठेवलेला असतो.

'मानवी प्रगती ही आपोआप होत नसते. ती अटळ असते असेही नाही. पुढे टाकल्या जाणाऱ्या प्रत्येक पावलाला त्याग, अथक मेहनत आणि झोकून देणाऱ्या माणसांनी केलेले मनापासूनचे प्रयत्न यांची त्यासाठी गरज असते.'[२१]

थुंबा हे सर्वांना मासेमारीसाठीचे लहान गाव म्हणून माहीत होते. त्या गावापासून साधारणअडीच किलोमीटर म्हणजे साधारण २५० हेक्टर्सचा भाग INCOSPAR या टीमने निवडला. यासाठीच तो ओळखला जात होता. या भागात पल्लिथुरा येथे सेंट मेरी मॅगडॅलन्स नावाचे जुने चर्च आणि बिशपचे घर होते. ही जागा मिळवण्यास मदत व्हावी म्हणून प्रा. विक्रम साराभाई अनेक राजकारणी आणि प्रशासकीय नोकरवर्गाला भेटले. पण त्यांच्या प्रयत्नांना काही यश आले नाही. आपल्या प्रामाणिक उच्च ध्येयावर त्यांची अचल निष्ठा होती. म्हणून मग डॉ. साराभाई यांनी बिशपना भेटण्याचे ठरवले आणि स्वत:च आपली मागणी त्यांच्यापुढे मांडण्याचे निश्चित केले. प्रा. साराभाई त्यांना शनिवारी भेटले. बिशपनी त्यांचे बोलणे शांतपणे ऐकून घेतले आणि दुसऱ्या दिवशी सकाळी चर्चमध्ये येण्यास सांगितले. त्या वेळी तिथल्या लोकांपुढे ही गोष्ट आपण मांडूयात, असे ते म्हणाले.

दुसऱ्या दिवशी सकाळी चर्चमधील समूहाला उद्देशून बिशप म्हणाले,

'माझ्या मुलांनो, माझ्याकडे हे एक विख्यात शास्त्रज्ञ आले आहेत. अवकाशशास्त्राचे संशोधन करण्याच्या कामासाठी त्यांना आपले चर्च आणि मी राहतो ती जागा हवी आहे. विज्ञानामुळे माणसाचे जीवन समृद्ध होत असते, हे खरे आहे. मी जे काही करतो आहे आणि ते जे करत आहेत ते सारखेच आहे. सहा महिन्यांत ते आपल्याला नवीन चर्च आणि घर बांधून देतील. तर मुलांनो, आपण त्यांना आपले हे देवाचे घर आणि माझे घर आणि तुमचेही घर विज्ञानाच्या कामासाठी देऊ शकतो का?'

काही क्षण तिथे अगदी नीरव शांतता पसरली. मग प्रार्थनेसाठी जमलेल्या त्या समूहाकडून एकाच आवाजात उत्तर आले, 'आमेन.'

बिशप आणि चर्चमधील त्यांचे अनुयायी यांनी दाखवलेली आपुलकी, येणाऱ्या काही दशकांमध्ये देशाला चांगलेच लाभ मिळवून देणारी ठरणार होती.

आम्हांला जे काही त्या जागेत करायचे होते त्यासाठी आमची टीम लगेचच कामाला लागली.

TERLS (Thumba Equatorial Rocket Launching Station)ची लवकरच उभारणी झाली. आमचा सुरुवातीचा स्पेस प्रोग्राम भपकेबाज दिसणारा नव्हता. वैज्ञानिकांसाठीचे मुख्य कार्यालय म्हणून आम्ही चर्चची इमारत वापरू लागलो. बिशप यांच्या घराचे रूपांतर आम्ही कार्यशाळेत केले. साउंडिंग रॉकेट्सच्या संशोधनाच्या प्रयोगशाळेसाठी आम्ही चक्क गुरांचा गोठा वापरायला घेतला.

---

२१. मार्टिन ल्यूथर किंग ज्यु. (१९२९-१९६८) हा आफ्रिकन-अमेरिकन नागरी हक्क चळवळीचा नेता होता. डॉ. कलाम यांना किंग यांच्याबद्दल अभिमान होता. ४ एप्रिल १९६८ रोजी किंग यांची हत्त्या करण्यात आली. या गोष्टीचे कलाम यांना फार दु:ख झाले. त्यानंतर अनेक वर्षांनी डॉ. कलाम यांनी मार्टिन ल्यूथर किंग यांच्या प्रसिद्ध 'आय हॅव अ ड्रीम' या भाषणाला अनुसरून 'ड्रीम, ड्रीम, ड्रीम ... ' ही घोषणा बनवली.

TERLSची स्थापना करण्याचे आमचे काम म्हणजे प्रचंड कार्य होते. अजून अनेक सुविधांची गरज होती आणि आम्हांला अपरिचित असलेल्या तंत्रज्ञानात गती घेऊन आम्हा सर्वांना त्यात प्रगती करायची होती. या कामासाठी ठरावीक असे कोणतेही कामाचे तास नव्हते. दिवसा जास्तीत जास्त काम करायचे आणि रात्रीची शेवटची बस पकडता येईतोपर्यंत काम करत राहायचे हे थुंबामधील वैज्ञानिकांच्या अंगवळणी पडले होते. लवकरच व्यवस्थापनाने रात्री उशिरापर्यंत काम करणाऱ्या वैज्ञानिकांना घरी सोडण्यासाठी एका जीपची व्यवस्था केली. या ठिकाणी सोयीसुविधांची तरतूद करत असताना असे ठरले की, अमेरिकेतील नासामध्ये सात रॉकेट इंजिनिअर्सना प्रशिक्षणासाठी पाठवावे. या सात जणांमध्ये माझी निवड झाली.

❑

भारतीय लोकांनी एकाच वेळी सहानुभूती आणि क्रूरता,
संवेदनशीलता आणि कठोरता, सखोलता आणि चंचलता
हे गुण धारण करण्याची असामान्य क्षमता विकसित केली आहे.
जातीयता आणि वेगवेगळ्या राज्यकर्त्यांशी असलेली निष्ठा यांमुळे
एक राष्ट्र म्हणून उभे राहण्यात भारतीय लोकांना अडचणी येतात.
त्यामुळेच देशाला आधुनिक व एकसंध राष्ट्र बनवण्याचे काम
अजूनही पुरे झालेले नाही.
दु:ख व्हावे अशा तऱ्हेने हे काम अगदी सावकाश चालू आहे.

५ कोषातील अळीचे फुलपाखरू

'हाती घेतलेले काम करण्यासाठी अमेरिकेची उभारणी धैर्य, कल्पकता आणि अटळ निर्धार यांवर झाली आहे.'[२२]

मार्च १९६३मध्ये अभियंता असलेले आम्ही चौघे व्हर्जिनियास्थित हॅम्प्टन येथील लँग्ले रिसर्च सेंटर (LaRC) येथे गेलो. विमानांचे आणि अवकाशयानांचे मूलभूत संशोधन करण्याचे काम या केंद्रात होत असे. लूनार ऑर्बिटर, व्हायकिंग प्रकल्प आणि स्काऊट लाँच व्हेइकल्स यांची व्यवस्था पाहण्याची जबाबदारीही त्यांच्यावर होती. केंद्रालगत असलेल्या वसतिगृहात आम्ही राहत होतो. सेल्फ सर्व्हिस असलेल्या कॅफेटेरियातील अनेक मांसाहारी पदार्थांमधून आम्ही आमच्यासाठी शाकाहारी पदार्थ मिळवण्याचा प्रयत्न करत असू. कुस्करलेले बटाटे, उकडलेल्या शेंगा आणि भाज्या, ब्रेड आणि भरपूर दूध हाच आमचा मुख्य आहार बनून गेला.

LaRCमधील प्रशिक्षण पूर्ण झाल्यावर आम्ही मेरीलँडमधील ग्रीनबेल्ट येथील गोदार्द स्पेस फ्लाइट सेंटर (GSFC) येथे गेलो. GSFC हे नंतर डॉ. रॉबर्ट एच. गोदार्द या नावाने ओळखले जाऊ लागले. मार्च १९२६मध्ये डॉ. रॉबर्ट एच. गोदार्द यांनी रॉकेटच्या कल्पनेची व्यवस्थित मांडणी केली. त्यांनी पहिल्यांदा रॉकेटला लागणारे इंधन शोधून काढले. मानवविरहित अवकाशयान आणि साउंडिंग रॉकेट्स यासंबंधीची जबाबदारी गोदार्द स्पेस फ्लाइट सेंटरकडे होती. जगभरातील स्पेस ट्रॅकिंग आणि डाटा ॲक्विझिशन नेटवर्क (STADAN) याचेही हे केंद्र काम करत असे. नंतर ते स्पेसफ्लाइट ट्रॅकिंग अॅण्ड डाटा नेटवर्क (STDN) म्हणून ओळखले जाऊ लागले. शिवाय थोर-डेल्टा लाँच व्हेइकलचा आरंभ आणि विकास हे कामही त्यांनी केले.

प्रशिक्षणाच्या तिसऱ्या आणि शेवटच्या टप्प्यात व्हर्जिनियामधील वॅलॉप्स आयलंड येथील वॅलॉप्स फ्लाइट सेंटर (WFC) येथे आम्हांला प्रशिक्षणासाठी पाठवण्यात आले. रॉकेट उड्डाण-चाचणी घेण्यासाठी लागणारी जागा नासाच्या मालकीची होती. वॅलॉप्सने स्काऊट बूस्टर्स वापरण्यास सुरुवात केली. तसेच

---

२२. हॅरी एस्. ट्रुमन, अमेरिकेचा तेहतिसावा अध्यक्ष (१९४५-१९५३). नागासकी आणि हिरोशिमा यांच्यावर बॉंब टाकण्याचा निर्णय त्याने घेतला. डॉ. कलाम त्याचा उल्लेख नेहमी 'द बॉंब फेलो' असा करत.

अमेरिका आणि जगभरातील इंजिनिअर्स आणि शास्त्रज्ञ यांनी विकसित केलेल्या साधनांनिशी साउंडिंग रॉकेट्सविषयीचे प्रयोगही त्यांनी केले.

अमेरिकावारीत फक्त काम नव्हते. आठवड्याच्या शेवटी आम्ही डाकोटा विमानाने वॉशिंग्टन डीसीला जात असू. हे विमान नासाने त्यांच्या नोकरदारांसाठी मोफत उडवण्यास ठेवलेले होते. त्या वेळी नासाशी संबंधित लोकांना वॉशिंग्टनमधील हॉटेल्सनी सवलतीच्या दरात खोल्या देऊ केल्या होत्या. पण तरीही त्यांचा दर एका रात्रीला सहा डॉलर्स असा होता. आम्हांला तो परवडण्यासारखा नव्हता. आम्हांला जे पैसे मिळत ते आम्ही वाचवत असू. आम्ही रात्रभर अमेरिकेच्या राजधानीत भटकत असू. सकाळी लवकरची शटल फ्लाइट पकडून वॅलॉप्सला परत येत असू.

'अवकाशावर विजय मिळवण्याच्या प्रयत्नांवर मर्यादा घालण्याचा परमेश्वराचा हेतू नसतो.'[२३]

मी थुंबा इथे परतल्याबरोबर २१ नोव्हेंबर १९६३ या दिवशी नायके अपाची हे रॉकेट व्हेपर क्लाऊड विस्फोटकांच्या मदतीने यशस्वीपणे सोडण्यात आले. ही घटना भारतीय अवकाश संशोधनाची सुरुवात म्हणून नोंदली गेली. त्यानंतर एशियन एम-१०० आणि फ्रेंच सेंटॉर साउंडिंग रॉकेट्स हेही सोडण्यात आले. समुद्रसपाटीपासून ८५ किलोमीटरवरून ७० किलोग्रॅमची विस्फोटके एम-१०० पेलू शकला; तर साधारण ३० किलोग्रॅमची विस्फोटके घेऊन १५० किलोमीटर इतके जाण्यास सेंटॉर कार्यक्षम ठरले.

थुंबा इथल्या सुविधा अजूनही अगदी प्राथमिक अवस्थेत होत्या. रॉकेट उभे करण्यासाठी जी जागा तयार करतात, तीही अजून आम्ही बांधलेली नव्हती. तिथे एकच वाहन होते आणि ते सदैव कुठल्या ना कुठल्या कामात गुंतलेले असे. त्यामुळे कामाच्या ठिकाणी इकडून तिकडे जाण्यासाठी आम्हांला एक तर सायकल वापरावी लागत असे किंवा मग चालत जावे लागे. मला सायकल चालवता येत नसल्यामुळे मी त्या परिसरात कुणाच्या तरी सायकलच्या मागच्या सीटवर बसून येत-जात असे. रॉकेटचे काही पार्ट्स न्यायचे असतील किंवा काही विस्फोटके वगैरे न्यायची असतील तर आम्ही ती सायकलला बांधून दुसरीकडे नेत असू.

एकदा आम्हांला परदेशात बनवलेली रॉकेट्स सोडण्याची सवय झाली की आमचे पहिले काम होते ते पहिले आधुनिक भारतीय बनावटीचे रॉकेट बनवणे. या घटनेत एक प्रकारे इतिहासाची पुनरावृत्ती होत होती. हैदर अली आणि टिपू सुलतान यांनी अठराव्या शतकाच्या उत्तरार्धात आशियामध्ये पहिल्यांदा रॉकेट्स बनवली. या म्हैसूरी राज्यकर्त्यांनी ब्रिटिश ईस्ट इंडिया कंपनीच्या सैन्याला तोंड देण्यासाठी हजारो रॉकेट्स तैनात केली होती. या रॉकेट्सची क्षमता आणि भयकारी विध्वंसकता पाहून तेही तोंडात बोटे घालत असत.

आम्ही जे रॉकेट तयार करत होतो, त्याचा हेतू अर्थातच अगदी वेगळा होता. संशोधनाची साधने आम्हांला वाहून न्यायची होती. ही साधने रॉकेटमधून उपकक्षेच्या प्रदेशात न्यायची होती. तिथून ती वरील

---

२३. पोप पायस बारावे (१९३९-१९५८) हे अवकाशयुगाच्या सुरुवातीच्या काळात रोमन कॅथॉलिक चर्चचे प्रमुख होते. वैद्यकीय व्यावसायिक आणि संशोधक यांच्यासमोर दिलेल्या आपल्या अनेक व्याख्यानांमध्ये डॉ. कलाम त्यांचा नेहमी उल्लेख करत असत. रुग्णाची प्रतिष्ठा व हक्क आणि वैद्यकीय जबाबदाऱ्या यांवर डॉ. कलाम यांचा नेहमी भर असे. मानसिक आजारासंबंधीची नैतिक जबाबदारी व त्या औषधांच्या उपयोगासंबंधी डॉ. कलाम गांभीर्याने बोलत असत. तज्ज्ञ वैद्यकीय सल्ल्याविरोधात निर्णय घेण्याचा कुटुंबातील सदस्यांना हक्क आहे, असे त्यांचे मत होते.

वातावरणाचा शास्त्रीय तपशील गोळा करणार होती. आमच्या पहिल्या साउंडिंग रॉकेटचे नाव होते, RH3 75. रोहिणी या शब्दासाठी 'RH' वापरले होते. आमच्या रॉकेट मालिकेचे हे नाव होते. या रॉकेटचा व्यास ७५ मिलिमीटर होता; म्हणून त्यास '75' असे म्हटले होते. हे रॉकेट दीड मीटर लांबीचे होते. काही अंतरावरून पाहिले तर ते एखाद्या पेन्सिलसारखे पातळ आणि लहान दिसायचे. RH-75 या प्रकारातले पहिले उड्डाण २० नोव्हेंबर १९६७ रोजी झाले. TERLS वरून हे साउंडिंग रॉकेटचे, पन्नास सेकंदांचे लाँचिंग होते. १९६७मध्ये हे या प्रकारे दोनदा वाहून नेले. १९६८मध्ये बारा वेळा हे उड्डाण झाले. अशा प्रकारे RH-75चे एकूण पंधरा वेळा उड्डाण झाले. आम्ही नव्याने सुरू केलेले स्वदेशी रॉकेट अशा तऱ्हेने यशस्वी ठरले.

आमच्यासमोर आणखी काही आव्हानात्मक कामे होती. ॲप्लिकेशन्स टेक्नॉलॉजी सॅटेलाइट (ATS) ची मालिका लाँच करण्याची योजना नासा आखत होते. भूस्थिर कक्षेमध्ये ॲप्लिकेशन्स टेक्नॉलॉजी सॅटेलाइट बसवायचे होते. तिथून ते संपर्क, हवामान अंदाजासाठी वातावरणाचा अभ्यास आणि दूरदर्शनचे प्रक्षेपण यासंबंधीची कार्ये करू शकत होते. ATS प्रकल्पामध्ये चाचणी घेतली जावी, अशी अपेक्षा नासाने व्यक्त केली होती. त्यातून इथल्या लोकांसाठी थेट दूरदर्शनचे प्रक्षेपण साधता आले असते. त्या वेळी भूस्थिर उपग्रहाचे प्रक्षेपण साधण्याची चाचणी घेता येईल असे तीन मोठे देश विषुववृत्ताच्या जवळ होते... ब्राझील, चीन आणि भारत.

ब्राझीलने यात त्यांना रस नसल्याचे सांगितले. त्यांची लोकसंख्या काही थोड्याच शहरांमध्ये जास्त प्रमाणात वसलेली होती. त्यामुळे नेहमीचे चालू असलेले दूरदर्शनचे प्रक्षेपण त्यांना जास्त सोयीचे वाटत होते. राजकीय कारणांमुळे पीपल्स रिपब्लिक ऑफ चायना हा देशही या बाबतीत काही उपयोगाचा नव्हता. त्यामुळे ATS क्षेत्राच्या चाचणीसाठी भारत हाच एक शक्यतेतला पर्याय दिसत होता. या देशात भरपूर लोकसंख्या होती. तरीही, फक्त दिल्लीमध्ये एक लहानसा टेलिव्हिजन ट्रान्समीटर होता. एका व्यापारी प्रदर्शनानंतर एक डच इलेक्ट्रॉनिक कंपनी हा ट्रान्समीटर मागे सोडून गेली होती.

'या, माझ्या मित्रमैत्रिणींनो
नवीन जग शोधण्यासाठी अजूनही उशीर झालेला नाही...' [२४]

डॉ. साराभाई यांनी ही संधी हुशारीने पकडली. भारतातील खेड्यांमध्ये उपग्रह शैक्षणिक दूरदर्शन प्रयोग करण्यासाठी ATS हा उपग्रह एक वर्षासाठी INCOSPARला पुरवावा अशी त्यांनी नासाला विनंती केली. अवकाश तंत्रज्ञानामध्ये भारताने मोठ्या प्रमाणात गुंतवणूक करण्याची गरज असल्याचे पटवून देण्यास ही मोठीच संधी आहे, असे त्यांना वाटले. अमेरिकन लोकांकडून उपग्रह यंत्रणेतला प्राथमिक भाग शिकण्याची INCOSPARला ही एक मोठीच संधी आहे हे ते जाणून होते. या तंत्रज्ञानाची सुरुवात होणे हे भारतीय शास्त्रज्ञ आणि इंजिनिअर्स यांच्या संपूर्ण पिढीच्याच दृष्टीने एक सुवर्णसंधी होती. नंतर आपला स्वतःचा उपग्रह उभारताना लागणाऱ्या यंत्रेणेचे व्यवस्थापन करण्याचा धडा संस्थेला मिळणार होता. १९६६मध्ये डॉ. साराभाईंनी इतक्या दमदारपणे मन वळवले की, द इंडियन डिपार्टमेंट ऑफ ॲरोनॉटिक एनर्जी आणि नासा

२४. 'युलिसिसि'मध्ये आल्फ्रेड लॉर्ड टेनिसन. टेनिसनच्या 'Sir Galahad' या प्रसिद्ध कवितेतील 'माझी ताकद दहा जणांइतकी आहे; कारण माझे हृदय शुद्ध आहे' ही ओळ डॉ. कलाम उद्धृत करत असत.

> यश मिळवायचे असेल तर ज्ञान आणि कौशल्ये अगदी योग्य प्रमाणात विकसित करता आली पाहिजेत. ज्ञान शिकून घेता येते आणि कौशल्य, केल्यानेच अवगत होते.

यांनी मिळून सॅटेलाइट इन्स्ट्रक्शनल टेलिव्हिजन एक्सपिरीमेंट (SITE) यांच्यामध्ये करार होऊन त्यावर सह्या झाल्या.

या घडामोडींनंतर भारताच्या उभारणीतील अवकाश संपर्काची भूमिका भारत सरकारने लवकरच ओळखली. अहमदाबादमध्ये १९६७मध्ये एक्सपिरीमेंटल सॅटेलाइट कम्युनिकेशन अर्थ स्टेशन (ESCES) स्थापन झाले. १५ ऑगस्ट १९६९ रोजी डिपार्टमेंट ऑफ ॲरोनॉटिक एनर्जीच्या अखत्यारीत असलेले INCOSPAR हे इंडियन स्पेस रिसर्च ऑर्गनायझेशन या नावाने स्वतंत्र करण्यात आले. पंतप्रधान इंदिरा गांधी यांनी डिपार्टमेंट ऑफ स्पेस हे नव्याने निर्माण केले.

> *'विरोधाभास जाणून घेणे आवश्यक आहे. बऱ्याचदा सुवर्णमध्य साधणे अशक्य होते. पण तरीही दोन्हीकडच्या नेमक्या मागण्या सांभाळून घेत, न थकता ताणातसुद्धा जगता आले पाहिजे.'* [२५]

स्वतःच्या निर्धाराच्या बळावर स्वातंत्र्य मिळते. देशाने शून्यातून अवकाश कार्यक्रमास सुरुवात केली तेव्हा अनेक दशकांचे आणि पिढ्यांचे ते ध्येय होते. डॉ. विक्रम साराभाई यांना दिसत होते की, देशाला अंतराळयात्री व्हायचे असेल तर अवकाश तंत्रज्ञानात नेतृत्व करणाऱ्या देशांच्या बावनकशी मालिकांमध्ये सहभागी व्हायला हवे. बदल्यात भारताने या देशांना सहकार्य द्यायला हवे. याच्या जोडीला चांगली मेहनत केली तर काही काळात या देशाची तंत्रज्ञान विभागात चांगली वाढ होऊ शकेल. काहीच नसण्यातून काहीतरी प्राप्त करणे अशक्य असते.

आपले स्वतःचे तंत्रज्ञान विकसित होण्यासाठी विक्रम साराभाई यांनी जो व्यवहार्य मार्ग पत्करला होता तो मला प्रेरणादायक होता. एका दृष्टीने आपल्या स्वदेशी तत्त्वज्ञानाच्या विरोधात गेल्यासारखे ते दिसत होते. पण त्या काळात स्वदेशी ध्येय साध्य करण्याच्या दृष्टीने हे सगळ्यात परिणामकारक आणि समंजसपणाचे साधन होते. त्या काळात स्वावलंबी होण्यास आपल्याला काही दरवाजे बंद होण्याची शक्यता होती. डॉ. साराभाईंनी हे दरवाजे उघडले. बाहेरच्या देशांशी यावर चर्चा घडवून आणण्यात आणि सहकार्य मिळवण्यात डॉ. साराभाई चांगल्या रीतीने यशस्वी झाले.

आंतरराष्ट्रीय संघटनांशी जितक्या सहकार्याने डॉ. साराभाई वागत, तसेच ते भारतातील तंत्रज्ञान समूहाशीही वागत असत. जानेवारी १९६८मध्ये त्यांनी मला दिल्लीत बोलावून घेतले आणि मला तिपट रेंज इथली रशियन रॉकेट-असिस्टेड टेक ऑफ (RATO) यंत्रणा दाखवली. भारतामध्ये रॉकेट बनवण्याचे काम त्यांनी माझ्यावर आणि एअर फोर्स ग्रुप कॅप्टन, नारायणन यांच्यावर मोठ्या विश्वासाने सोपवले. हिमालयातील आखूड धावपट्ट्यांवरून लष्करी विमाने हवेत नेण्यास मदत करण्यासाठी RATO या यंत्रणेचा

---

२५. ए.पी.जे. अब्दुल कलाम, अरुण तिवारी, *गायडिंग सोल्स*, ओशन बुक्स, पृष्ठ १०८.

उपयोग झाला असता. हे विकसित करण्याचे काम स्पेस सायन्स अ‍ॅण्ड टेक्नॉलॉजी सेंटर या ठिकाणी होत होते. मी तिथेच डिफेन्स रिसर्च अ‍ॅण्ड डेव्हलपमेंट ऑर्गनायझेशन (DRDO), HAL, DTD&P आणि हवाई मुख्यालय या ठिकाणी काम करत होतो.

इथे मी भारतीय अग्निबाण अभियंता व हवाई दल विभागाचा ग्रुप कॅप्टन भारताच्या संरक्षण विभागाशी संबंधित विविध समित्यांशी वाटाघाटी करत होतो. रशियन सरकारने मोकळेपणाने दिलेल्या रॉकेटच्या डिझाइनवरून रॉकेट तयार करण्याचे आमचे काम होते. खरोखर हे म्हणजे, आंतरराष्ट्रीय सीमापलीकडच्या संस्था आणि भारतीय संस्था यांमधले मोठ्या प्रमाणात भागीदार असलेले प्रकरण होते.

मी नेहमीच संस्थांवर विश्वास ठेवत आलो. भारताची प्राचीन संस्कृती केवळ तिच्या संस्थात्मकतेमुळेच टिकून राहू शकली. मी हे एका व्यापक दृष्टिकोणातून म्हणतो आहे. हजारो वर्षे सततची परकीय आक्रमणे, अगदी अलीकडे सोसलेला वसाहतवाद आणि इतर अडथळे यांमधूनही आपण टिकून राहिलो. कारण भारतीय जनता नेहमी कोणत्या ना कोणत्या संस्थेची सभासद म्हणून जगत आली. मग ते कुटुंब असो किंवा जमात असो. एकेकटे असे आपण कधी जगलो नाही.

संस्थेची ताकद व्यक्तीला मिळते तशी ती देशालाही मिळते. वैयक्तिक रीत्या आपल्या जीवनात अर्थ शोधण्याऐवजी भारतीय लोकांनी एकमेकांशी जुळवून घेत सामाजिक नातेसंबंधांतून आपल्या जीवनाचा अर्थ शोधला आणि त्यातूनच त्यांना बळ मिळाले. यशस्वी होण्यासाठी तुम्हांला स्वत:साठी कुटुंबात, शाळेमध्ये, महाविद्यालयीन जीवनात आणि तुमच्या व्यावसायिक जीवनात येणाऱ्या अनेक जागतिक संस्थांमध्ये स्थान मिळवावे लागते. हे तुमचे स्वत:बाबत, तसेच इतरांप्रतीही कर्तव्य आहे.

ग्रुप कॅप्टन नारायणन आणि मी, आम्ही दोघेही वेगळ्या प्रकृतीचे होते. मात्र, आम्ही दोघेही एकाच प्रकारच्या सखोल प्रशिक्षण देणाऱ्या संस्थेतून तयार झालो होतो. डॉ. साराभाई यांनी दाखवलेला रशियन RATO हा फारच प्रभावी होता. याचे वजन २२० किलोग्रॅम होते. ३००० केजीएफ दाब ते तयार करू शकत होते. याची संपूर्ण उत्तेजक शक्ती २४,५०० किलोग्रॅम सेकंद इतकी होती. माझ्या आधीच्या प्राध्यापकांनी एमआयटी, कुर्त टँक येथे विकसित केलेले HF-24 मरुत जेट फायटर बाँब एअरक्राफ्ट भारतीय बनावटीच्या रॉकेटवर स्थापित करणे, हे आमचे काम होते.

या प्रकल्पाचे मुख्य म्हणून नारायण आणि मी अशी आमची जोडी थोडी विसंगतच वाटत होती. ते एकदम बुजुर्ग होते; जोशीले लष्करी अधिकारी, ठाम आणि अधीर. मी शास्त्रज्ञ आणि इंजिनिअर होतो. माझे कपडे, वागणे-बोलणे त्यांच्या मानाने अगदी साधे वाटे. आम्ही दोघांनी मिळून अवघ्या अठरा महिन्यांत आमचे इप्सित साध्य करायचे होते.

या सुमारास माझ्या लक्षात आले की, तंत्रज्ञान हे लोकांशी संबंधित असेल तरच उपयुक्त ठरते. ते त्यांच्यासाठी अर्थपूर्ण असायला हवे. आपला त्यात फायदा आहे, हे त्यांना दिसले पाहिजे. मला हेही समजले की, प्रयोगशाळेत नुकतेच विकसित झालेले आश्वासक तंत्रज्ञान चांगले मुरण्याची, त्याची पूर्ण वाढ होण्याची गरज असते. मूळ स्वरूप, पुढची सुधारणा, चाचणी हे सारे झाल्यानंतरच या तंत्रज्ञानाचा लोकांना हव्या असलेल्या कामासाठी उपयोग करता येतो.

या प्रकल्पासाठीही हे सर्व टप्पे ओलांडणे गरजेचे होते. RATOच्या बाबतीत मी मोटरसाठी एक संमिश्र रचना निवडली. फिलामेंट फायबरग्लास हे स्वस्त, बळकट आणि कोणताही आकार देता येईल असे

एक प्रकारचे प्लास्टिक असते. ते प्लास्टिक आणि चिकटवण्यासाठी एपोक्सी नावाचा पदार्थ या गोष्टीही मी घेतल्या. चांगला पेट घेण्यासाठी रॉकेटचे संमिश्र इंधन वापरले. शिवाय विमानातून वस्तू खाली फेकण्याची चांगल्या प्रतीची व्यवस्थाही वापरली. हे नवीन प्रकारचे तंत्रज्ञान होते आणि त्याचा बराच विकास करण्याची गरज होती.

RATO मोटरची चाचणी फेब्रुवारी १९६९मध्ये घेण्यात आली. पुढच्या ६४ चाचण्या पुढील चार महिन्यांत घेण्यात आल्या. प्रकल्पावर असलेल्या फक्त २० इंजिनिअर्सनी हे काम पूर्ण केले. हा प्रकल्प यशस्वी ठरला. संरक्षण संस्था आणि खासगी संस्था यांच्या संयुक्त मदतीने हे यश मिळवता आले. या RATO प्रकल्पामधून कमी वेळात जास्त कष्ट करणारे तंत्रज्ञान वापरण्याचे व्यवस्थापन कसे करायचे ते मी शिकलो. तंत्रज्ञान आणि मानवी कौशल्ये यांचे योग्य प्रमाण हे खूपच आश्वासक असते; पण तितकेच ते कळायलाही अवघड असते. तंत्रज्ञानाची हाताळणी चुकीच्या पद्धतीने केल्यास बऱ्याचदा अशा वेळी अपयश येते. अर्धवट ज्ञान आणि अपुरी कौशल्ये या चुकीच्या हाताळणीकडे आपल्याला नेतात. यश मिळवायचे असेल तर ज्ञान आणि कौशल्ये अगदी योग्य प्रमाणात विकसित करता आली पाहिजेत. ज्ञान शिकून घेता येते आणि कौशल्य, केल्यानेच अवगत होते. इथे शॉर्टकट्स वापरून चालत नाही. कोणत्याही व्यवसायात किंवा क्षेत्रात हेच लागू होते.

'जर तुमच्या कृती इतरांना आणखी स्वप्ने पाहण्यास, आणखी शिकण्यास, आणखी कृती करण्यास आणि आणखी घडण्यास उद्युक्त करत असतील तर तुम्ही नेते आहात.'[२६]

दुसरा मुद्दा असा की, ग्रुप कॅप्टन नारायणन आणि मी, आम्ही दोघेही RATO प्रकल्पाचे यशस्वीपणे पर्यवेक्षण करू शकलो, याचे कारण डॉ. साराभाईंचे धोरण! आमच्या प्रकल्पांना त्यांनी सर्वार्थाने पाठिंबा दिला. त्याहीपेक्षा जास्त म्हणजे त्यांनी आमच्यावर विश्वास ठेवला. आणि जेव्हा जेव्हा आम्ही त्यांना विनंती केली तेव्हा तेव्हा कार्यक्षमतेने काम करता यावे म्हणून त्यांनी आम्हांला मोकळीक दिली. वेळ वाचवण्यासाठी रेल्वेने प्रवास न करता विमानप्रवास करण्याची माझी विनंती त्यांनी मान्य केली. त्या काळात हे तसे वेगळे होते. आम्हांला आवश्यक वाटेल तिथे खासगी कंपन्यांची मदत घेण्यासही त्यांनी आम्हांला परवानगी दिली. कोणत्याही उत्पादक व्यवसायाचा पाया हा विश्वास असतो, हे मला कळून चुकले. या RATO प्रकल्पावरून मी एका निष्कर्षाप्रत पोहोचलो. आपण नेहमी असे ऐकतो की, नेता हा जन्मालाच यावा लागतो. नेतृत्व गाजवण्यापासून आपल्यातल्या थोड्या कमी जोशपूर्ण लोकांना यामुळे नाउमेद केले जाते. पण आता माझे असे मत झाले आहे की, नेतृत्व हे कालांतराने शिकता येते आणि विकसितही करता येते. विशिष्ट मानसिक आणि परस्परसंबंधातली काही कौशल्ये साधून प्रत्येकाला नेतृत्व मिळवता येऊ शकते. नेतृत्व ही काही थोड्यांचीच मक्तेदारी आहे असे नाही. ही कौशल्ये आत्मसात करायची असतील

---

२६. जॉन क्विन्सी ॲडम्स हे अमेरिकेचे सहावे अध्यक्ष होते.(१८२५-१८२९). ॲडम्स यांनी अमेरिकेच्या पराराष्ट्र धोरणाची जी मूलभूत तत्त्वे अंगीकारली होती, ती डॉ. कलाम सांगत असत. पक्का निर्धार, स्वातंत्र्य, वसाहतवादास नकार, हस्तक्षेप न करणे, युरोपिअन राजकारणात गुंतागुंत न करणे, सागरी स्वातंत्र्य आणि व्यापारस्वातंत्र्य ही ती मूलतत्त्वे होती. नंतरच्या पंतप्रधानांनी मात्र ही तत्त्वे कशी गुंडाळून ठेवली, याबद्दल डॉ. कलाम बोलत असत.

तर प्रत्येकाने काळजीपूर्वक केलेला विचार, योग्य मूल्यमापन आणि सराव अशा काही गोष्टी आचरणात आणल्या पाहिजेत.

नेतृत्व बाणवणे ही गोष्ट अंतर्गत प्रक्रियेवर असते. तसेच नेतृत्व करण्यासाठी इतरांशी व्यवहार कसे करावेत हेही शिकून घ्यावे लागेल. फक्त बाह्यक्षमता विकसित करण्यावरच भर दिला आणि आपल्या आतील घडामोडींकडे काही लक्षच दिले नाही, तर त्याचा काहीही उपयोग नाही. स्व-जागरूकता, ताकदीचे प्रश्न विचारणे, हेतूपूर्ण संपर्क आणि मनाची उद्योगस्नेही ठेवण या अंतर्गत गोष्टींकडे लक्ष पुरवले गेले पाहिजे. डॉ. साराभाई हे स्वत: एक बुद्धिमान नेता होते. नेता होणे म्हणजे तुमच्याभोवती असलेल्या परिस्थितीचा उत्तम लाभ पदरात पाडून घेणे, हे ते चांगले जाणून होते. 'शिडीच्या पायरीवर पाय ठेवल्याशिवाय तुम्ही यशाची शिडी कशी चढणार?' असे ते आम्हांला म्हणत.

RATO प्रकल्पाच्या पूर्ततेनंतर एक नवीन नेतृत्वाचे आव्हान माझी वाट पाहत होते. डॉ.साराभाईंनी देशामध्ये दहा वर्षांची नवीन अवकाश संशोधनाची योजना जारी केली. इस्रोचे दूरगामी ध्येय हे देशाच्या विकासासाठी असेल, हे यासंबंधीच्या कागदपत्रात स्पष्ट केले गेले. त्यात म्हटले होते की, इस्रोने दूर अंतरावरील संभाषण करण्याचे तंत्रज्ञान, लांबून वापरली जाणारी यंत्रणा आणि हवामानशास्त्र यावर भर देऊन त्याचा देशास उपयोग करून द्यावा. त्यासाठी आपल्याला डिझाइन तयार करून त्याचे उत्पादन करायला हवे व भारतीय उपग्रह लाँच करायला हवा, असे त्यांचे मत होते. यात परिभ्रमण उपग्रहाचाही[२७] समावेश असावा व भारतीय लाँच व्हेइकल्सही आपल्याकडे असायला हवीत, असे डॉ. साराभाई म्हणत. सॅटेलाइट लाँच व्हेइकल (SLV) बनवण्यासाठी प्रकल्प संचालक म्हणून स्वत: डॉ. साराभाई यांनी माझी निवड केली.

SLV हे चार टप्प्यांचे[२८] रॉकेट होते. त्यासाठी गती देणाऱ्या भक्कम मोटर्सही होत्या. पृथ्वीच्या खालच्या कक्षेत उपग्रह ठेवणारे हे पहिले स्थानिक रॉकेट होते. म्हणजे हा उपग्रह साधारण ८८ आणि १२७ मिनिटांच्या कक्षेच्या वेळात होता. समुद्रसपाटीपासून १६० किलोमीटरपेक्षा खालच्या गोष्टी फार वेगाने कक्षेमध्ये नष्ट झाल्या असत्या आणि पृथ्वीच्या गुरुत्वाकर्षणामुळे होणारे समुद्रसपाटीपासूनच्या उंचीचे नुकसानही झाले असते. ४०० किलोमीटर कक्षेमध्ये ४० किलोग्रॅमचा सॅटेलाइट लादण्याचे आमचे उद्दिष्ट होते.

सुरुवातीच्या काही वर्षांमध्ये इस्रोला सक्रिय आंतरराष्ट्रीय सहकार्य लाभून त्याचा आम्हांला लाभ झाला. आता आम्ही स्वावलंबी बनणे आवश्यक होते. स्वदेशी तंत्रज्ञानाचा विकास करणे गरजेचे होते. आमची संस्था अवकाशयानासंबंधीच्या मुख्य रचनेला मदत करणारी उपयंत्रणा बनवू पाहत होती. अपोगी आणि बूस्टर मोर्स, गती देणारी चाके, सोलर पॅनेलचा जास्तीत जास्त उपयोग करून घेणारी यंत्रणा यांचा या सबसिस्टिममध्ये आम्हांला वापर करायचा होता. या योजनेनुसार आम्ही विमान स्थिर राहावे म्हणून त्यात बसवलेले जड चक्र, दूर अंतरावरून होणारे संदेशांचे प्रक्षेपण, खास साहित्य, चिकटून राहणारे पदार्थ आणि पॉलिमर्स अशा काही गोष्टी करण्याचे ठरवले. इस्रोकडून या वस्तू विकसित करून नंतर देशातील

---

२७. जिओसिंक्रोनस सॅटेलाइटला पृथ्वीभोवती कक्षा असते. कक्षेचा वेळ पृथ्वीच्या सिडरल रोटेशन पीरिअडशी (ताऱ्याच्या सापेक्ष पृथ्वीचा स्वत:भोवती फिरण्याचा काळ) जुळवून घेतलेला असतो. परिभ्रमणाच्या कक्षेत असणारा उपग्रह हा समुद्रसपाटीपासून साधारण ३५,६८६ किलोमीटर (२२,२३६ मैल) असतो.

२८. रॉकेटसंबंधातील टप्पा म्हणजे स्वत:चे गती देणारे इंजिन.

उत्पादनाचा अवकाश वाढवण्याच्या दृष्टीने सर्वसाधारण औद्योगिक कारणांसाठी त्यांचा उपयोग करून घेता आला असता.

आम्ही अजूनही सध्याच्या बाहेरील देशांमधील यशस्वी तंत्रज्ञानाचीही नोंद घेत होतो. SLVची सुरुवात आम्ही स्काऊट (Solid Controlled Orbital Utility Test)पासून करणार होतो. US Langley Research Centre इथे १९५७मध्ये स्काऊटचे डिझाइन तयार केले होते. माझ्या सहकाऱ्यांबरोबर मी इथेच आधी प्रशिक्षण घेतले होते. केवळ चार टप्प्यांचे ऑर्बिटल लाँच व्हेइकल ऑल सॉलिड प्रॉपल्शन डिझाइन हे पहिल्यांदाच आणि जास्त वेळासाठी होणार होते. स्टॅन्डर्ड स्काऊट लाँच व्हेइकलची लांबी साधारण २३ किलोमीटर (७५ फूट) होती. त्याचे उड्डाण वजन २१,५०० किलोग्रॅम (४३,३९८ पौंड) होते. सुरुवातीला आम्ही स्थानिक अवकाश योजनेमध्ये लहानसा RH-75 बनवला होता. त्यापासून आम्ही आता कितीतरी दूरवर पोहोचलो होतो.

लाँचरचे डिझाइन १९७१मध्ये पूर्ण झाले. आम्ही सादर केलेल्या सहा डिझाइन्समधून डॉ. साराभाईंनी तिसऱ्या क्रमांकाचे डिझाइन पसंत केले. त्यामुळे या प्रकल्पाचे नाव ठेवले SLV-3. SLV-3 प्रकल्प सुरू झाल्यावर थोड्याच दिवसांत भारतीय शास्त्रीय समुदाय हा डॉ. विक्रम साराभाई यांच्या ३० डिसेंबर १९७१ रोजी झालेल्या निधनाने शोकसागरात बुडाला. त्यांचे वय अवघे बावन्न वर्षे होते. अचानक झालेल्या त्यांच्या मृत्यूमुळे मला मोठाच धक्का बसला. डॉ. साराभाई यांना गमावल्याचे दुःख तीव्र होते. हृदयविकाराच्या झटक्याने त्यांचे निधन झाले होते. त्रिवेंद्रमला जाण्यासाठी मी विमानात बसण्यापूर्वी दिल्ली विमानतळावरून त्यांच्याशी नुकताच बोललो होतो. मी पोहोचलो की त्यांना मी विमानतळावर भेटावे असेही त्यांनी मला सांगितले होते. विमानतळावर पोहोचल्यावर त्यांची भेट होण्याऐवजी त्यांच्या मृत्यूच्या बातमीस मला सामोरे जावे लागले. काही काळ मी पुरता खचून गेलो होतो. माझे गुरू आणि अनुभवी विश्वासू सल्लागार आता राहिले नव्हते.

नंतरच्या वर्षांमध्ये माझ्या आईवडिलांचाही मृत्यू झाला. हे अनुभव आणि देशातील अनेक आपत्तींमध्ये नाहक गेलेले बळी, यांमुळे मी मृत्यूचा गंभीरपणे विचार करू लागलो. असे दिसते की, मृत्यू ही वैश्विक जीवनासंबंधीची घटना आहे, पण तरीदेखील मरण कुणालाच नको असते. ज्यांना स्वर्ग हवा असतो त्यांनासुद्धा स्वर्गात जाण्यासाठी मरण नको असते. पण शेवटी मृत्यू हाच आपला अखेरचा मुक्काम असतो. आणि तसेच असायला हवे. कारण मृत्यू हा जीवनाने लावलेला उत्तम शोध असतो. तो जीवन बदलणारा असतो. नव्यांना जागा करून देण्यासाठी तो जुन्यांना काढून टाकतो.

काहीही असले तरी, डॉ. साराभाईंची यशस्वी झालेली कल्पना म्हणजे SLV-3 हा प्रकल्प. त्यांच्या निधनानंतर दुसऱ्या कोणीतरी ही जबाबदारी घेणे आवश्यक होते. इस्रोचे कायमस्वरूपी प्रमुख डॉ. सतीश धवन यांनी ही जबाबदारी घेतली. माझे संचालक डॉ. ब्रह्म प्रकाश होते. डॉ. विक्रम साराभाई यांच्या सन्मानार्थ TERLS हे नाव बदलून त्याचे 'विक्रम साराभाई स्पेस सेंटर' असे नामकरण करण्यात आले. भारताने अवकाशभ्रमण करावे हे डॉ. विक्रम साराभाई यांचे स्वप्न साकार झालेले पाहण्यास ते राहिले नाहीत; पण आम्ही त्यांची आकांक्षा पूर्ण करण्याच्या कामास निष्ठेने लागलो.

आमच्या आतापर्यंतच्या प्रयत्नांपेक्षा SLV-3 म्हणजे मोठी झेप होती. मुळात रोहिणी साउंडिंग रॉकेट्स तयार करणे हीदेखील लहानसहान गोष्ट नव्हती. भरीव आर्थिक तरतूद आणि अनेक शास्त्रज्ञांचा सहभाग,

कार्यरत उपग्रहाचे व लाँच व्हेइकलचे डिझाइन आणि बांधणी हे मोठे प्रचंड काम होते. SLV-3 प्रकल्प साकार करण्यात मला समाधान होते. लोकांना भेटणे, त्यांच्याशी चर्चा करणे, युक्तिवाद, स्पष्टीकरणे आणि गोष्टी समजावून घेणे यांमुळे मी कधीही दमत नसे. मी या कामासाठी झपाटून गेलो होतो. बारीकसारीक गोष्टींवर बडबड करण्यास मला वेळ नव्हता. फुरसत मिळाली की मी चांगली पुस्तके वाचत असे आणि कार्नाटिक संगीतही ऐकत असे. विश्वाच्या दैवी इच्छेनुसार जगणे म्हणजेच काही उद्दिष्ट ठेवून जगणे, मूल्याधिष्ठित जगणे हे मला कळलेले होते. सुखाच्या मागे धावताना लहानसहान सुखदु:खांच्या पिंजऱ्यातून मी मोकळा झालेलो होतो. आता मी चाळिशीत होतो आणि ब्रह्मचारी जीवन जगण्याची आता मला सवय झाली होती. हे जीवन एखाद्या साधूपेक्षा किंवा संन्याशापेक्षा वेगळे नव्हतं. मध्यम वयात मन स्थिर झालेले असते आणि धीर धरण्याची गरज असते. RATOच्या प्रयत्नापेक्षा हा प्रकल्प वेगळा होता. हा विकसित करण्यामध्ये अगदी थोड्या गोष्टी गुंतलेल्या होत्या आणि तो ताबडतोब करायचा होता. SLV-3 प्रकल्प बऱ्याच सुधारणा करत धिम्या गतीने चालला होता. पुढे सगळा अंधार असताना आम्ही धडपडत चाललो होतो. फ्रेंच स्पेस प्रोग्रामशी आमची भागीदारी होती. चौथा टप्पा फ्रेंच लाँच व्हेइकल डायमंट बीसी आणि SLV-3 असे आम्ही मिळून करणार होतो. डायमंटला अनुरूप होईल अशा पद्धतीने SLV-3चा चौथ्या टप्प्याचे डिझाइन तयार करण्यासाठी आम्ही दोन वर्षे घालवली. मात्र, १९७५मध्ये फ्रान्सने युरोपिअन एरिएन लाँचरसाठी त्यांचा राष्ट्रीय लाँचर प्रोग्राम सोडून दिला.

मी अगदी उद्विग्न झालो. काय बोलणार यावर? मी दोन वर्षे वाया घालवली असे मला वाटू लागले. पण डॉ. ब्रह्म प्रकाश यांनी मला सावरले. ते म्हणाले, अवकाशतंत्रात आपण आंतरराष्ट्रीय भागीदारी करतो, तेव्हा वेगवेगळ्या स्वरूपात अनेक प्रकारची देवघेव होत असते. काळाच्या मोठ्या अवकाशात ती पसरत असते. कधीकधी तर त्यात पिढ्या जातात. आंतरराष्ट्रीय तंत्रज्ञानातील देवघेव म्हणजे इंद्रजाल आहे. संस्थांभोवती विणलेले ते एक तंत्रज्ञानविषयक माहितीचे गूढ मायाजाल आहे. यातून काही चांगले निष्पन्न झाले नाही, तरी ते वाया जात नाही. कुठेतरी त्याचे प्रतिबिंब पडते. त्याचा कुठेतरी उपयोग होतोच.

या काळात डॉ. ब्रह्म प्रकाश आणि मी एकमेकांच्या अधिक जवळ आलो. काम संपल्यावर कधीकधी आम्ही संध्याकाळी फेरफटका मारायला जात असू. ते अट्टल सिगरेटबाज होते. पण आम्ही गप्पा मारत चालत असण्याच्या काळात ते लायटरला हात लावत नसत. त्यांच्या शहाणपणाच्या चार गोष्टी ऐकत असताना मला कधीकधी माझ्या वडिलांची आठवण येत असे. एकदा त्यांनी मला सांगितले, 'विनम्रता म्हणजे इतरांपेक्षा स्वत:ला कमी लेखणे नव्हे. एखाद्या बाबतीत आपले नेमके स्थान कुठे आहे हे ओळखून स्वत:चा आत्मसन्मान राखणे म्हणजे विनम्रता!'

SLV-3 प्रकल्पाचे आव्हान डॉ. ब्रह्म प्रकाश यांनी त्यांच्या सौम्य नेतृत्वामुळे आणि बुद्धिमत्तेमुळे चांगल्या प्रकारे पेलले. त्या प्रकल्पातून आलेली निराशा विसरून रशियन रॉकेटबरोबर भारताचा पहिला उपग्रह सोडताना त्यांच्या दृष्टिकोणाची आम्हांला मदत झाली. १९ एप्रिल १९७५ या दिवशी भारताने रशियातील कापुसिन यार, ॲस्ट्राखान ओब्लास इथून 'आर्यभट्ट' नावाचा उपग्रह लाँच केला. भारताचा पाचव्या शतकातला विद्वान खगोलशास्त्रज्ञ व गणितज्ञ याचे नाव आम्ही या उपग्रहास दिले होते. हा उपग्रह प्रभावी होता. सव्वीस बाजूंनी तो बांधला होता. त्याचा व्यास १.४ मीटर होता. फक्त वरची आणि खालची बाजू सोडून बाकी त्याच्या सर्व बाजू सोलर सेल्सने झाकलेल्या होत्या. समुद्रसपाटीपासून ६०० किलोमीटरवर

असलेल्या गोलाकार कक्षेजवळ हा आर्यभट्ट उपग्रह ठेवण्यासाठी Kosmos-3M हे लाँच व्हेइकल वापरले होते.

आर्यभट्टचे उड्डाण यशस्वी झाले. सरकारी पाठिंबा व आंतरराष्ट्रीय सहभाग यामुळे भारताला अवकाशयुगात पाऊल ठेवता आले. डॉ. विक्रम साराभाई यांनी याबाबत दिलेल्या योगदानाबद्दल इस्रो त्यांची कायम ऋणी राहील. डॉ. साराभाई हे दूरदृष्टी असलेले देशभक्त होते. त्यांच्या बुद्धिमत्तेला भारतासाठी व भारतीय जनतेसाठी तंत्रज्ञान वापरण्याच्या क्रांतिकारक इच्छेची जोड होती.

परदेशापर्यंत पोहोचून त्यांच्याकडून प्रेरणादायक आंतरराष्ट्रीय सहकार्य मिळवण्याचे कर्तृत्व असलेले डॉ साराभाई हे निसर्गतः थोर मुत्सद्दी होते. त्यांनी एकाच वेळी दोन गोष्टी साधल्या. अमेरिकन अवकाशसंस्था नासा यांच्याकडूनही सहकार्य मिळवले आणि आर्यभट्टचे लॉंचिंग करण्यासाठी रशियन तळ मिळवण्यासारखे पायाभूत सहकार्य त्यांनी रशियाकडून मिळवले. हेसुद्धा त्यांनी अशा काळात साध्य केले, जेव्हा रशिया आणि अमेरिका दोघांमध्ये शीतयुद्ध चालू होते! कदाचित या अवकाश कार्यक्रमांमुळे दोन महाशक्तींमध्ये थोडीफार शांतता प्रस्थापित करण्याचे काम झाले असेल.

'यश हे परिपूर्णता, कठोर परिश्रम आणि अपयशापासून धडा घेतल्यामुळेच मिळते.'[२९]

आर्यभट्टनंतर भास्कर-१ सोडण्यात आले. सातव्या शतकातील थोर भारतीय गणितज्ञाचे या उपग्रहास नाव देण्यात आले. ७ जून १९७९ रोजी भास्कर-१ हे पुन्हा रशियातील कापुसिन यार इथूनच सोडण्यात आले. ४४४ किलोग्रॅम वजनाचा उपग्रह इस्रोने तयार केला होता आणि तो दोन टेलिव्हिजन कॅमेरांना जोडला होता. त्यातील एक इन्फ्रा-रेड होता. या उपग्रहाने हायड्रॉलॉजी, वनस्पतिविषयक आणि भूगर्भाविषयी तपशील गोळा केला. सॅटेलाइट टेलिकम्युनिकेशन एक्सपिरीमेंट्स प्रोजेक्ट (STEP) या उपग्रहाकरिता, उपग्रहावर आधारित पोस्ट आणि टेलिग्राफ स्थापन करण्यासाठी १९७७-१९७९ मध्ये इस्रोने फ्रॅन्को-जर्मन सिंफोनी उपग्रह वापरला.

भास्कर-१चे रशियामध्ये यशस्वी उड्डाण झाल्यानंतर साधारण दोन महिन्यांतच म्हणजे १० ऑगस्ट १९७९ या दिवशी आम्ही SLV-3ची पहिली प्रायोगिक उड्डाण चाचणी घेतली. उपग्रह उड्डाण व्हेइकलची प्रत्यक्ष चाचणी व स्टेज मोटर्स, मार्गदर्शक आणि नियंत्रण यंत्रणा आणि इलेक्ट्रॉनिकपूरक यंत्रणा यांचे मूल्यमापन हे या मोहिमेचे प्राथमिक उद्दिष्ट होते. या चाचणीवरून लाँच ऑपरेशन्समधल्या चेकआऊट, ट्रॅकिंग, दूर अंतराहून होणारे संदेशांचे स्वयंचलित प्रक्षेपण, पायाभूत यंत्रणा आणि रीअल टाइम[३०] डाटा सुविधा आम्हांला कळणार होत्या. आंध्र प्रदेशच्या दक्षिण भागात श्रीहरीकोटा हाय अल्टिट्यूड रेंज (SHAR) इथे हे उभारले होते.

---

२९. कोलिन पॉवेल हे अमेरिकेतील अध्यक्ष जॉर्ज बुश (२००१-२००५) यांचे गृहमंत्री होते. (२००१-२००५). डॉ. कलाम यांच्यासमवेत २००३मध्ये मी टेलिव्हिजनवर अमेरिकेला उद्देशून त्यांनी केलेले भाषण पाहिले होते. इराकच्या शस्त्रसज्जतेविषयी कोलिन पॉवेल यांनी या भाषणात सविस्तर वर्णन केले होते. तेव्हा कलाम म्हणाले होते, 'हा इतकं का खोटं बोलतोय?' शस्त्रास्त्रे बंद केलेली असल्याने अस्तित्वात नव्हती. पॉवेलच्या आतापर्यंतच्या उत्तम कारकिर्दीला या भाषणामुळे बट्टा लागला होता.

३०. रीअल टाइम म्हणजे अंक उलटे मोजणे. शून्य सेकंदाला रॉकेट उड्डाण करते. घड्याळाहून हा वेळ वेगळा असतो.

'विनम्रता म्हणजे इतरांपेक्षा स्वत:ला कमी लेखणे नव्हे. एखाद्या बाबतीत आपले नेमके स्थान कुठे आहे हे ओळखून स्वत:चा आत्मसन्मान राखणे म्हणजे विनम्रता!'

रॉकेटने ०७५८ वाजता उड्डाण केले. पहिला टप्पा त्याने अगदी बरोबर पार केला. पण दुसऱ्या टप्प्याला ते नियंत्रणाबाहेर गेले. ३१७ सेकंदांनंतर उड्डाण कोसळले आणि आंध्र प्रदेशच्या किनाऱ्यापासून ५४० किलोमीटरवर रॉकेटचे तुकडे समुद्रात पडून नष्ट झाले. या अपयशास इंधनाची गळती कारणीभूत ठरली. पण मला ते फार उशिरा कळले.

या प्रसंगामुळे मी फार निराश झालो... या शब्दातून माझी मनस्थिती नीट व्यक्त होणार नाही. माझ्या आयुष्यातला हा पराकोटीचा क्लेशकारक अनुभव होता. चाचणीचे यश किंवा अपयश यासाठी प्रकल्प संचालक म्हणून मी जबाबदार होतो. रॉकेट कोसळल्यानंतर लगेचच मला कुणीतरी विचारले, 'कुठे चूक झाली असेल असं वाटतं तुम्हांला?' मी काहीही उत्तर न देता निघून गेलो. एक आठवडा मी अगदी कमी झोपत होतो आणि रात्ररात्र काम करत होतो. तणावामुळे माझे पाय कडक झाले होते. इतका दमलो होतो की, विचारसुद्धा करता येत नव्हता. मी फक्त खोलीत गेलो, बिछान्यात कोसळलो आणि झोपलो.

काही तासांनंतर मी जागा झालो तेव्हा कळले की माझ्या खोलीबाहेर डॉ. ब्रह्म प्रकाश माझी वाट पाहत थांबले होते. ते मला बाहेर घेऊन गेले. दुपारी उशिरा आम्ही एका कँटिनमध्ये जेवण घेतले आणि एकमेकांशी बोललो. मात्र, आमच्या बोलण्यात चाचणीतील अपयशाबद्दल एक शब्दही नव्हता. संध्याकाळी ते मला पत्रकार परिषदेत घेऊन गेले. भारतीय आणि आंतरराष्ट्रीय पत्रकार तिथे मोठ्या प्रमाणात उपस्थित होते. आमच्या इस्रोचे उच्चपदस्थही अर्थातच हजर होते. मला वाटले, ही प्रसारमाध्यमे मला नष्ट करून टाकतील.

प्रा. सतीश धवन यांनी परिस्थितीचा ताबा घेतला. सुरुवातीलाच निर्दोष लाँचिंग आणि फर्स्ट-स्टेज बूस्टर मोटरमध्ये यशस्वी सुधारणा केल्याबद्दल टीमचे अभिनंदन करून त्यांनी सगळ्यांना चकित करून टाकले. माझा नावाने उल्लेख करून मी अनुकरणीय नेतृत्व केल्याचे ते म्हणाले. गेली सात वर्षे कलाम यांनी प्रचंड मेहनत घेतली, हजारो लोकांना या कामात गुंतवून घेतले आणि वैयक्तिक आवडीनिवडी बाजूला ठेवून फक्त कर्तव्यावर लक्ष ठेवले असेही ते म्हणाले. हे ऐकून मी स्तब्ध झालो.

एक पत्रकार त्यांना म्हणाला, ''कर भरणाऱ्या वीस कोटी लोकांचे पैसे बंगालच्या उपसागरात वाहून गेले.''

प्रा. धवन शांतपणे उत्तरले, ''अवकाश कार्यक्रमाबाबत भारतात जे प्रयत्न केले जात आहेत ते दूरगामी परिणाम करणारे आहे. स्वत:ची संपर्कसाधने आणि लांबून उपग्रहाशी संपर्क साधण्याची यंत्रणा भारताजवळ नसेल तर भावी काळात केवढा तरी पैसा देशाबाहेर गेला असता. कमी पगारावर काटकसरीने काम करणारे इथले सरकारी संस्थांमधील कर्मचारी कोट्यवधी डॉलर्सचे काम करत आहेत, हे कृपया समजून घ्या.''[३१]

तिथे शांतता पसरली. प्रा. सतीश धवन पुढे म्हणाले, ''वर्षभरातच SLV-3कडून यशस्वीपणे उपग्रह स्थापित केला जाईल याची मला खातरी आहे.''

---

३१. अरुण तिवारी, *इंडियन अबाव्ह ऑल - एपीजे अब्दुल कलाम : अ लाइफ*, हार्पर कोलिन्स, २०१५, पान ९५.

त्यानंतर मी माझा राजीनामा देऊ केला; पण प्रा. धवन यांनी तो नाकारला आणि मला म्हणाले, ''कलाम, तुमचे काम दूरगामी परिणाम करणारे आहे. ही तुमची नियती आहे. त्यापासून दूर पळून जाऊ नका.''

१८ जुलै १९८० या दिवशी SLV-3 यशस्वीपणे लाँच झाले. कक्षेमध्ये रोहिणी उपग्रह RS-1 या नावाने स्थापित झाला. यामुळे अवकाश परिभ्रमण करणाऱ्या देशांच्या गटामध्ये भारताचा सहाव्या क्रमांकावर समावेश झाला. SLV-3 प्रकल्पामुळे ऑगमेंटेड सॅटेलाइट लाँच व्हेइकल (ASLV), पोलार सॅटेलाइट लाँच व्हेइकल (PSLV) आणि जिओसिंक्रोनस सॅटेलाइट लाँच व्हेइकल (GSLV) अशा पुढील प्रगत व्हेइकल प्रकल्पांची वाट सोपी केली. भारताच्या प्रजासत्ताक दिनी २६ जानेवारी १९८१ रोजी देशातील तिसऱ्या क्रमांकाचा नागरी पुरस्कार 'पद्मभूषण' देऊन माझा गौरव करण्यात आला. अन्ना युनिवर्सिटी, मद्रास यांनी 'डॉक्टर ऑफ सायन्स' ही मानाची पदवी देऊन मला सन्मानित केले. मी माझ्या कोशातून बाहेर पडलो होतो.

❑

६ दैवाचे साधन

'सारे काही सहन केल्यावर तुमच्या अगदी अंतर्मनात असलेल्या ताकदीचा शोध लागतो, तेव्हा तुमची वाढ होण्यामधला हा एक महत्त्वाचा टप्पा असतो.'[३२]

इस्त्रोमधून माझ्या 'पद्मभूषण' पुरस्काराबद्दल संमिश्र प्रतिक्रिया उमटल्या. काही जण माझ्या आनंदात सहभागी झाले. इतरांना वाटले की, मला एकट्यालाच अकारण मान्यता मिळते आहे. माझ्या अगदी जवळचे काही सहकारी मत्सरग्रस्त झाले. माझा आतला आवाज मला सांगू लागला की, आता नव्याने सुरुवात करायला हवी. जणू माझी प्रार्थना ऐकून एक चांगली संधी माझ्याकडे चालून आली. डॉ. होमी भाभा यांच्याबरोबर भारताच्या न्यूक्लिअर प्रोग्राममध्ये सहभागी असलेले डॉ. राजा रामण्णा यांच्याशी माझी भेट झाली. ते त्या वेळी संरक्षण मंत्र्यांचे विज्ञानविषयक सल्लागार होते.

डॉ. राजा रामण्णा यांनी मला डिफेन्स रिसर्च अॅण्ड डेव्हलपमेंट ऑर्गनायझेशन (DRDO) या संस्थेत येण्याचे आमंत्रण दिले. त्यामुळे इस्त्रोतून बाहेर पडणे मला सोपे झाले. DRDOचे मिसाइल डेव्हलपमेंट सेंटर, हैदराबाद, द डिफेन्स रिसर्च अॅण्ड डेव्हलपमेंट लॅबोरेटरी (DRDL) इथे संचालक म्हणून १ जून १९८२ रोजी मी रुजू झालो.

माझी प्रगती होत होती. आहे त्या परिस्थितीत ती बढती होती. पण माझ्या दृष्टीने त्याला महत्त्व नव्हते. नवीन पदावरील नवीन आव्हानांना मला आता सामोरे जायचे होते. माझ्या बाबतीत एक मोठा बदल झाला होता आणि तो वेळोवेळी प्रत्येकालाच हवा असतो. तोपर्यंत माझ्या असे लक्षात आले होते, की जे स्वत:ला फार महत्त्व देतात, ते खरे तसे महत्त्वाचे नसतातच. मी माझ्या करिअरचीही फारशी चिंता करण्याची गरज नव्हती. कारण मी माझ्या करिअरच्या घेतलेल्या शोधापेक्षा माझ्या करिअरने माझा घेतलेला शोध जास्त महत्त्वाचा होता. तुम्हांला तुमच्या कारकिर्दीच्या प्रवासाविषयी काय वाटते, यापेक्षा तुमची वागणूक कशी

---

३२. मॅक्स लर्नर (१९०२-१९९२) हा अमेरिकन पत्रकार व शिक्षणतज्ज्ञ होता. डॉ. कलाम यांच्या खासगी ग्रंथालयात त्याचे *द अनफिनिश्ड कंट्री* नावाचे पुस्तक होते. डॉ. कलामांनी या पुस्तकातील अमेरिकन संस्कृतीचे चित्रण करणारे पुढील वर्णन मला वाचून दाखवले : कायम भुकेलेला, कायम वखवखलेला, कधीच समाधानी नसणारा... शोकांतिका, संघर्ष आणि निवडीचे मुक्त विद्यापीठ.

आहे आणि तुम्ही काय करून दाखवता, त्यानुसार दैव तुमच्यावर मेहरबान होत असते. तुमची कारकिर्द तुम्हांला कुठे घेऊन जाईल याची तुम्हांला अजिबात कल्पना नसते. मात्र, माणसाला जे माहीत नसते, ते देवाला ठाऊक असते.

इन्टिग्रेटेड गायडेड मिसाइल डेव्हलपमेंट प्रोग्राम (IGMDP)चा विकास करणे हा डिपार्टमेंट ऑफ डिफेन्सचा एक भाग होता. त्यामुळेच मी DRDLमध्ये रुजू झालो. काही काळापासून क्षेपणास्त्राचा विकास केवळ आराखड्यातच अडकून पडला होता. होता तिथेच स्थिर राहिला होता. भौगोलिक दृष्ट्या आणि लष्करी साधनांच्या बाबतीत जगातील इतर शक्तिशाली देशांपेक्षा आपला देश मागे पडला होता. देशाच्या सुरक्षेचा विचार गंभीरपणे करण्याची वेळ आता आली होती. IGMDPसाठीच्या राजकीय इच्छाशक्तीला महत्त्वाच्या साधनांचीही साथ होती. संरक्षण मंत्री आर. वेंकटरमण यांनी याआधी कधीही दिली गेली नव्हती एवढी रक्कम म्हणजे ३८८ कोटी रुपये (पन्नास दशलक्ष डॉलर्स) या कार्यक्रमासाठी मंजूर केली.

क्षेपणास्त्र तंत्रज्ञानाशी भारताची नव्याने भेट झाल्याच्या भावनेतून पाच प्रकल्पांना पाच सुयोग्य भारतीय नावे दिली गेली. पृष्ठभाग ते पृष्ठभाग क्षेपणास्त्र प्रकल्पास आम्ही 'पृथ्वी' हे नाव दिले. कौशल्यपूर्ण आतल्या भागाचे व्हेइकल, अगदी छोट्या पल्ल्याचे एअर डिफेन्सचे नाव 'त्रिशूल' ठेवले. मध्यम पल्ल्याचे, पृष्ठभाग ते हवा हे सुरक्षा क्षेपणास्त्र होते, त्याला 'आकाश' असे नाव ठेवले. ॲन्टी-टँक क्षेपणास्त्र प्रकल्पास आम्ही 'नाग' हे नाव दिले. एक मध्यम पल्ल्याचे बॅलिस्टिक क्षेपणास्त्र (१००० ते ३००० किमीपर्यंतची सर्वाधिक क्षमता असलेले एक क्षेपणास्त्र) होते. विस्फोटके अवकाशातून परत वातावरणात येण्याच्या वेळेस त्याचा अग्निगोळा तयार होणार होता. हा प्रकल्प माझे स्वप्न होते. त्याला मी 'अग्नी' असे नाव दिले.

'लोकांना आपल्याबद्दल काय वाटते यापेक्षा आपले स्वत:बद्दल काय मत आहे, याच्याशी आपला अहंकार संबंधित असतो.'[३३]

भारतातील IGMDPबद्दल कितीही उत्साह असला तरी हे प्रकल्प पूर्ण करताना आम्हांला अनेक संकटांना तोंड द्यावे लागले. त्यातल्या बऱ्याचशा अडचणी बाहेरच्या देशांकडून आलेल्या होत्या. जगातील अणुविषयक ज्ञान असलेल्या देशांना हे क्षेपणास्त्र तंत्रज्ञान फक्त आपल्याचजवळ असायला हवे, असे वाटत होते, असे दिसून आले.

१९८५मध्ये शासकीय प्रतिनिधी मंडळाचा एक भाग म्हणून मी अमेरिकेला भेट दिली. अमेरिकेतील सियाटल येथील Cray Inc.कडून सुपरकॉम्प्युटर विकत घेण्याचे आमचे उद्दिष्ट होते. बाह्यत: हा कॉम्प्युटर आम्हांला हवेविषयीचे भाकित कळण्यासाठी हवा होता. पण कॉम्प्युटेशनल फ्लूड डायनॅमिक्सच्या पृथक्करणासाठी मला तो हवा होता. विस्फोटकांचा वातावरणात पुन्हा प्रवेश होताना अग्नी या क्षेपणास्त्राचे मला विश्लेषण करायचे होते. भारताकडे हायपरसॉनिक विंड टनेल्स नव्हती. आणि पुनर्प्रवेशाचा टप्पा गाठण्यासाठी एकच

---

३३. डॉ. कलाम यांच्या संग्रही, जेन ऑस्टीन यांची *प्राइड ॲण्ड प्रिज्युडाइस* ही एकमेव कादंबरी असावी. बाकी सगळे कपाट सत्यघटनेवर आधारीत पुस्तके व काव्यसंग्रह यांनी भरून गेले होते. अहंकाराबद्दल डॉ. कलाम म्हणत असत, 'केवळ शिरजोरीमुळे अहंकार व उद्धटपणा येतो, तेव्हा या अहंकाराचा इतरांना तिरस्कार वाटतो.'

उपाय होता, तो म्हणजे, ती प्रारूप विकसित करून शक्तिमान संगणकाच्या साहाय्याने त्याची चाचणी घेणे. फक्त अमेरिका आणि जपान यांच्याकडेच आवश्यक ते सुपरकॉम्प्युटिंग तंत्रज्ञान होते. भारताच्या प्रतिनिधी मंडळाच्या वाट्याला अमेरिकेकडून अनादराची वागणूक आली. त्यांनी आम्हांला उद्धटपणे त्यांचा निर्णय सांगितला की, त्यांना भारतास मशीन विकायचे नाही.

तंत्रज्ञानाच्या विकासासाठी भारतीय शास्त्रज्ञांना पुन्हा स्वदेशी प्रयत्नांचाच आसरा घेणे भाग होते. यातून भारताचा दूरगामी लाभच होणार होता. क्रे काम्प्युटर्सच्या क्षमतेचा सुपरकॉम्प्युटर बनवण्याचे आव्हान पेलण्यास भारतीय संगणकतज्ज्ञ सज्ज झाले. कोणत्याही योग्य तऱ्हेने केलेल्या स्वदेशी प्रयत्नांप्रमाणे हा स्वदेशी कॉम्प्युटिंग प्रयत्न संधीचे नवे क्षेत्र उघडणारे एक बीज ठरणार होते. नवीन शतकात त्याचे चांगले भरघोस पीक येणार होते.

द सेंटर फॉर डेव्हलपमेंट ऑफ अॅडव्हान्स्ड कॉम्प्युटिंग (सी-डॅक) १९८८मध्ये पुण्यात स्थापन करण्यात आले. डॉ. विजय भटकर यांच्या नेतृत्वाखाली भारतातील सुपरकॉम्प्युटिंगची राष्ट्रीय सुरुवात झाली. *वॉल स्ट्रीट जर्नल*ने या घटनेची त्यांच्या पहिल्या पानावर मोठा मथळा छापून दखल घेतली. त्यांनी लिहिले होते, 'अँग्री इंडिया डज इटी'. त्यानंतर तीनच वर्षांनी 'परम' या नावाने सी-डॅकने सुपरकॉम्प्युटर तयार केला.

भारताच्या क्षेपणास्त्र कार्यक्रमास अजून बऱ्याच अडथळ्यांना तोंड द्यायचे होते. एप्रिल १९८७मध्ये कॅनडा, फ्रान्स, जर्मनी, इटली, जपान, ग्रेट ब्रिटन आणि अमेरका यांनी मिळून द मिसाइल टेक्नॉलॉजी कंट्रोल रेजीम (MTCR) तयार केली. न्यूक्लिअर शस्त्रास्त्रांसाठी मानवविरहित यंत्रणा ताब्यात ठेवण्याच्या हेतूने त्यांनी MTCR ही संघटना स्थापन केली. ३०० किलोमीटर अंतरापर्यंत किमान ५०० किलोग्रॅम वजनाची विस्फोटके वाहून नेण्याच्या क्षमतेचे ध्येय त्यांनी ठेवले होते.

MTCRमध्ये कोणताही करार किंवा तह झालेला नव्हता. तथापि, एकाच हेतूने एकत्र आलेल्या सभासद देशांनी क्षेपणास्त्रांवर नियंत्रण ठेवण्याच्या दृष्टीने ठरवले होते की, ज्यांच्याकडे अण्वस्त्रे नाहीत, त्यांना ती देऊ नयेत. त्यांनी काही विशिष्ट वस्तूंची यादी बनवून ती निर्यात करण्यावर बंदी केली होती. क्षेपणास्त्राचा विकास, उत्पादन आणि कार्यवाही यांसाठी आवश्यक असलेली महत्त्वाची, प्रत्यक्षात लागणारी सर्व साधने व तंत्रज्ञान यांचा या यादीत समावेश होता.

'जेव्हा पुढे जाणे कठीण असते, तेव्हा प्रवास चालू ठेवणे त्याहून कठीण बनते.' [३४]

ज्या देशांकडे क्षेपणास्त्रे आहेत ते भारताला स्वतःची क्षेपणास्त्रे बनवण्यापासून रोखत आहेत, असे तर काही दिसत नव्हते. पण जी राष्ट्रे MTCRद्वारे भारतावर निर्बंध लादू पाहत होते, त्यांना भारताला ज्या आव्हानांना तोंड द्यावे लागत होते ती त्या देशांच्या वाट्याला आली नाहीत.

जगातील अतिशय अस्थिर प्रदेशात भारताचे स्थान होते. जगाच्या बरोबरीने भारताला खरोखरीच स्थान मिळवायचे असेल तर भारत आयात केलेल्या शस्त्रास्त्रांवर अवलंबून राहू शकत नव्हता. MTCRने लादलेल्या निर्बंधांमधून आम्हांला काहीतरी मार्ग काढावा लागणार होता.

---

३४. IGMDPकडून उभ्या केल्या जाणाऱ्या आव्हानांना तोंड देण्याची वेळ डॉ. कलाम यांच्यावर आली, तेव्हा माजी संरक्षणमंत्री, राष्ट्रपती वेंकटरमण यांनी असे बोलून त्यांना प्रोत्साहन दिले.

तुम्हांला तुमच्या कारकिर्दीच्या प्रवासाविषयी काय वाटते, यापेक्षा तुमची वागणूक कशी आहे आणि तुम्ही काय करून दाखवता, त्यानुसार दैव तुमच्यावर मेहरबान होत असते.

DRDOने संगणकाला सूचना देता येणारी संपूर्ण उत्तेजक क्षमता आणि विविध विस्फोटकांच्या पल्ल्यांचे एकीकरण करता येण्याची क्षमता असणारी क्लस्टर्ड लिक्विड प्रॅपेलन्ट रॉकेट इंजिन्स विकसित केली. हे फारच हुशारीने केलेले कल्पक डिझाइन होते. एकाच वेळी वेगवेगळी रॉकेट मोटर्स वर्तुळाकार आकार घेऊ शकत होती आणि एकाच वेळी पेट घेऊ शकत होती. यामुळे मनाई हुकमास पर्याय मिळाला. पुण्याजवळील खडकी येथे असलेल्या लष्करी साहित्याच्या कारखान्याच्या साहाय्याने आम्ही पृथ्वी इंजिन्सला लागणाऱ्या इंधनाची आयात पूर्णपणे बंद केली.

काही निवडक मनाई हुकमांमुळे आमच्या IGMDPच्या कामाची प्रगती थोडी मंदावली, हे खरे; पण ते आमची प्रगती थांबवू शकले नाहीत. आंतरराष्ट्रीय व्यासपीठावर प्रत्येकाने तंत्रज्ञान देण्यास नकार दिला. व्यापारावर निर्बंध घातले. आमच्या वाटचालीत अडथळे आणले. तरीसुद्धा २५ फेब्रुवारी १९८८ या दिवशी श्रीहरीकोटा हाय अल्टिट्यूड रेंज (SHAR) इथून केलेली पृथ्वी क्षेपणास्त्राची उड्डाण-चाचणी सफल ठरली. अतिशय महत्त्वपूर्ण अशी ही घटना होती. भावी क्षेपणास्त्रांसाठी पायाभूत अवकाशयानाचा स्वयंपूर्ण विभाग विकसित करण्याची भारताची क्षमता या चाचणीमुळे प्रस्थापित झाली. पृथ्वी हे लांब पल्ल्याचे पृष्ठभाग-क्षेपणास्त्र होते. त्यात काही बदल करून ते हवा-क्षेपणास्त्र करून घेता येणार होते आणि त्याचा जहाजावरही वापर करता आला असता. ही चाचणी अचूक झाली. पृथ्वीने १०० मीटरपेक्षाही कमी CEP[३५] मिळवले.

पाठोपाठ इतरही यशस्वी चाचण्या घेतल्या गेल्या. २२ मे १९८९ रोजी सकाळी बरोबर सात वाजून सतरा मिनिटांनी अग्नी क्षेपणास्त्राने अग्निरथातून ओरिसाच्या चंडिपूर येथील इंटेरिम टेस्ट रेंजवर आपला तोरा मिरवला. तंत्रज्ञान तज्ज्ञ आणि लष्करी दिग्गज यांच्या वर्तुळात भारत पोहोचला. नियंत्रण केंद्रात असलेले तीनेकशे शास्त्रज्ञ अवकाशात कमान करत जाणाऱ्या त्या क्षेपणास्त्राला आपल्या दूरदर्शनच्या पडद्यावर बघत होते आणि एकमेकांच्या पाठीवर थोपटत होते. विजयाने हर्षोत्फुल्ल झालेल्या शास्त्रज्ञांनी त्यांच्या खांद्यावर मला उचलून घेतले.

वॉशिंग्टन आणि बीजिंगसारख्या राजधान्यांमध्ये अग्नी क्षेपणास्त्राच्या यशामुळे बेचैन प्रतिक्रिया उमटत होत्या. अमेरिका, रशिया, फ्रान्स, चीन आणि इस्त्राइल एवढ्याच देशांनी इंटररेंज बॅलिस्टिक मिसाइल (IRBM) विकसित केले होते. भारताने अग्नीचे यशस्वी उड्डाण करून युद्धकलाशास्त्रातील क्षमतेत एक मोठीच झेप घेतली होती. तुमच्या कृतीच तुमचे दूत होतात.

शत्रूच्या प्रदेशात आतपर्यंत जाऊन लष्करी ठाणी नष्ट करण्याची क्षमता निर्माण झाली होतीच; पण अग्नी हे क्षेपणास्त्र न्यूक्लिअर वॉरहेडसाठी एक डिलिव्हरी सिस्टिम म्हणूनही काम करू शकणार होते. भारताच्या

---

३५. सर्क्युलर एरर प्रॉबेबल (CEP) हे क्षेपणास्त्राच्या अचूकतेचे परिमाण आहे. १०० मीटरचे CEP म्हणजे ठरवलेल्या लक्ष्याच्या वर्तुळातील १०० मीटरमध्ये क्षेपणास्त्र उतरेल.

न्यूक्लिअर अणुभट्टीमध्ये प्लुटोनिअमचे उत्पादन आणि अनेक अग्नी क्षेपणास्त्रांचा युद्धशास्त्रामध्ये वापर यांमुळे भारताची प्रतिबंधात्मक क्षमता अनेक पटींनी वाढली. पण युद्धशास्त्रातील क्षमतेपेक्षाही अग्नी या क्षेपणास्त्राने हे सिद्ध केले की, वेगवेगळ्या विभागांमध्ये आणि प्रयोगशाळांमध्ये काम करणारे शास्त्रज्ञ एका ठरवून घेतलेल्या ध्येयासाठी एकत्रितपणे काम करू शकतात. आणि त्याचे चांगल्या तऱ्हेने संयोजनही करू शकतात. यामध्ये काही कमतरता झाली तर भारताच्या संरक्षण संशोधन आणि विकासाच्या प्रयत्नांमध्ये मोठे अडथळे येऊ शकतात.

सात फेब्रुवारी १९९० या दिवशी नाग क्षेपणास्त्राचे पहिले उड्डाण झाले. दुसऱ्या दिवशीही याच पराक्रमाची पुनरावृत्ती केली. यात मुख्यतः हाय-स्ट्रेन्थ कंपोझिट एअर-फ्रेम विथ फोल्डेबल विंग्ज ॲण्ड फिन्स, इमेजिंग इन्फ्रा-रेड सीकर विथ हाय इम्युनिटी टू काउंटरमेझर्स, ऑन-बोर्ड रीअल-टाइम प्रोसेसर, कॉम्पॅक्ट सेन्सर पॅकेज, इलेक्ट्रिक ॲक्चुएशन सिस्टिम आणि डिजिटल ऑटोपायलट यांचा समावेश होता. एकदा नाग क्षेपणास्त्राचे उड्डाण झाले की त्याला मार्गदर्शन करण्याची गरज नव्हती. लाँचर दुसरीकडे जाण्यास त्यास वेळ मिळू शकत होता. ऑटोनॉमस ऑन-बोर्ड गायडन्सच्या मदतीने हे क्षेपणास्त्र वेगात असणाऱ्या रणगाड्यावरदेखील हल्ला करू शकत होते.

आकाश क्षेपणास्त्राची यशस्वी चाचणी १४ ऑगस्ट १९९० रोजी झाली. रॅम-रॉकेट या तंत्रज्ञानाचा वापर पहिल्यांदाच भारताने विकसित केला व सिद्ध केला. समुद्रसपाटीपासून १८ किलोमीटरवर आणि २५ किलोमीटरचा पल्ला असलेले Surface to Air Missile (MR-SAM) असलेल्या आकाश यास पूर्णपणे रडारकडून मार्गदर्शन मिळणार होते. हलणाऱ्या लक्ष्यापर्यंत पोहोचल्यावर वॉरहेडचा स्फोट घडवून आणण्यासाठी त्यामध्ये डिजिटल प्रॉक्झिमिटी फ्यूज होता. थेट धक्का देण्याची गरज नव्हती.

'यशाच्या बाबतीत परमेश्वराने तुमच्यावर विश्वास ठेवण्यापूर्वी मोठे बक्षीस मिळण्याची क्षमता तुमच्यापाशी आहे, असे तुम्हांला आधी प्रामाणिकपणे वाटले पाहिजे.'[३६]

जुलै १९९२मध्ये DRDOचा डायरेक्टर जनरल आणि संरक्षण मंत्र्यांचा विज्ञानविषयक सल्लागार म्हणून माझी नेमणूक झाली. देश अगदी कसोटीच्या काळात असताना मी DRDOच्या अधिकारपदी आलो. २६ डिसेंबरला (बॉक्सिंग डे १९९१) सोव्हिएट युनियन औपचारिक रीत्या संपुष्टात आली. त्याबरोबरच आपले रशियाशी (USSR) असलेले करार निरुपयोगी आणि बाद झाले. स्वातंत्र्यानंतर भारत पहिल्यांदाच इतका असुरक्षित झाला. कोणत्याही प्रबळ देशाचा आधार नव्हता आणि आपल्याला शत्रूंनी घेरलेले होते. आर्थिकदृष्ट्या कमकुवत असल्यामुळे आपण अण्वस्त्रे तयार करू शकत नव्हतो. त्याचबरोबर देशावर येऊ पाहणारे आंतरराष्ट्रीय मंजुरीसाठी येणारे दडपण सहन करण्याची ताकद आपल्यात नव्हती. केवळ लष्करी ताकदीवर कोणताही देश शक्तिमान ठरू शकत नाही. त्याची अर्थव्यवस्था भक्कम असायला हवी, सरकारची मजबूत पकड हवी, आणि सगळ्यात महत्त्वाचे म्हणजे विशिष्ट तंत्रज्ञान आणि साधनसामग्री यांबाबत तो स्वावलंबी असायला हवा.

---

३६. रॉबर्ट शूलर (१९२६-२०१५) हा अमेरिकन ख्रिश्चन प्रोत्साहन देणारा वक्ता आणि लेखक होता. डॉ. कलाम यांनी त्याची सर्व पुस्तके वाचली. ते त्याला विधायक दृष्टिकोणाचा प्रवक्ता व यशाचे प्रतीक मानत.

अग्नी या क्षेपणास्त्राने हे सिद्ध केले की, वेगवेगळ्या विभागांमध्ये
आणि प्रयोगशाळांमध्ये काम करणारे शास्त्रज्ञ
एका ठरवून घेतलेल्या ध्येयासाठी एकत्रितपणे काम करू शकतात.

देशाच्या सुरक्षिततेच्या हमीसाठी क्षेपणास्त्रांचा योग्य तो वापर आपल्याला करता येणे आवश्यक होते. माझ्या नव्या पदावर रुजू होण्यासाठी दिल्लीला निघण्यापूर्वी मी पृथ्वी आणि अग्नी क्षेपणास्त्रांच्या एका मर्यादित मालिकेचे उत्पादन सादर केले. क्षेपणास्त्रांची प्रत्यक्ष ठिकाणावर यशस्वी रीत्या चाचणी व विकास करणे ही सोपी कामगिरी नव्हती. त्या क्षेपणास्त्रांचे उत्पादन करणे ही पूर्णपणे स्वतंत्र गोष्ट होती. हे लष्करी साहित्य बनवणाऱ्या कारखान्यांसाठी मोठेच आव्हान होते.

संरक्षणसामग्री बनवण्यास आपले भारतीय संरक्षण उद्योग सक्षम होते. पण बाहेरील देशांतून केलेल्या आराखड्याचे परवानाप्राप्त उत्पादन करणे बंधनकारक होते. काळजीपूर्वक तयार केलेली ड्रॉइंग्ज आणि गुणवत्ता नियंत्रण यंत्रणा आधीपासून होत्याच. डेव्हलपमेंट एजन्सीकडून तयार केलेल्या ड्रॉइंग्जचा पायाभूत तपशील लष्करी कारखान्यांना मिळत नसे. त्यामुळे त्यांना कल्पकतेवर अवलंबून राहावे लागे. हे कारखान्याच्या दृष्टीने धोकादायक होते. निकषानुसार नग बनवणे, प्रक्रियेची नेमकी पद्धत, गुणवत्तेची हमी आणि विश्वासार्हता या गोष्टी उत्पादनामध्ये कडक शिस्तीच्या होत्या. IGMDPकरिता ते आवश्यक होते. तरीसुद्धा आपल्याला स्थानिक संरक्षणसामग्री बनवायला कुठेतरी सुरुवात करायला लागणार होती. व्यवस्थित साधनसामग्रीचा पुरवठा आणि बुद्धिमत्तेस योग्य ते उत्तेजन दिल्यास संरक्षण संस्थांना तशी तयारी करता आली असती. त्यांच्याकडे असलेले स्रोत वापरून योग्य ते उत्पादन करता आले असते. आणि त्यातून त्यांना चार गोष्टी शिकताही आल्या असत्या. मला प्रा. श्रीनिवास यांचे सूत्र आठवले, 'नो स्ट्रेस, नो प्रोग्रेस'. तणाव नाही तर प्रगतीही नाही.

जोशपूर्ण तयारी आणि ताबडतोब आकलन होऊन ते उपयोगात आणणे याचा संबंध विशेषतः एकविसाव्या शतकात देशाशी आणि व्यक्तीशीही आहे. यापूर्वी कधीही नव्हती इतकी तंत्रज्ञानात प्रगती केलेल्या युगात आपण राहत आहोत. त्यातून येणाऱ्या संधी आपण घेतल्या पाहिजेत. म्हणजे देशातील जनतेच्या फायद्यासाठी आपण कल्पनाही करू शकणार नाही इतक्या मोठ्या प्रमाणात तंत्रज्ञानाचा उपयोग करून घेतला पाहिजे.

तंत्रज्ञान हे खासकरून गरिबांचे उत्थान करण्यासाठी प्रभावी साधन असले पाहिजे. अगदी प्राथमिक तंत्रज्ञानाचा वापर करता येत नाही म्हणून समाजाच्या तळागाळातील लोकांना दुःखास सामोरे जावे लागते. पण त्यांना चांगली औषधे मिळवून देता आली पाहिजेत. धान्याचे उत्तम बियाणे त्यांना मिळाले पाहिजे. कीटकनाशके किंवा कातडी कमावण्याचे योग्य मार्ग त्यांना कळले पाहिजेत. १९९०च्या दशकात खुल्या अर्थव्यवस्थेतील पहिल्या काही अवस्थांमध्ये भारतातील शक्य तितक्या लोकसंख्येचे राहणीमान उंचावणे हेच व्हायला हवे. आपण देशाची नवनिर्मिती करत असताना देशातील अनेक लोक दुसऱ्याच कुठल्या जगात अडकून पडलेले दिसतात. लोकांचे जीवनमान अधिक चांगले व्हावे यासाठी विज्ञानाने अधिक मोठ्या प्रमाणात, व्यावहारिक भूमिका बजावण्याची गरज आहे, असे मला अधिकाधिक वाटू लागले होते.

इतिहासाच्या वाचनावरून माझ्या असे लक्षात आले होते की, संघर्षाच्या काळातच आधुनिक तंत्रज्ञान व औषधे वेग घेतात. दुसऱ्या महायुद्धाच्या काळात रडारची क्षमता झपाट्याने वाढली. युद्धानंतरच्या काळात हवामानाचा अचूक अंदाज वर्तवण्यासाठी त्याचा उपयोग झाला. अँन्टिबायोटिक्स, रक्ताचे ट्रान्सफ्यूजन आणि मलेरिया प्रतिबंधक औषधे ही या दुसऱ्या महायुद्धाच्या काळातच युद्धक्षेत्रावरील अपघात कमी करण्यासाठी वापरली गेली. या संशोधनांचा आपल्याला अजूनही लाभ होतो.

DRDOमध्येही संरक्षण खात्याच्या गरजा पुरवण्याच्या निकडीस प्रतिसाद देण्याच्या गरजेतून आमची स्वत:ची तंत्रज्ञानविषयक क्रांती वाढीस लागली. IGMDPमध्ये DRDL वापरत असलेले लष्करी तंत्रज्ञान हे कसेही करून जनतेचे, विशेषत: देशातील वंचितांचे जीवनमान सुधारण्यासाठी उपयुक्त ठरले पाहिजे, असे मला वाटत होते.

केवळ लष्करी ताकदीवर कोणताही देश शक्तिमान ठरू शकत नाही. त्याची अर्थव्यवस्था भक्कम असायला हवी, सरकारची मजबूत पकड हवी, आणि सगळ्यात महत्त्वाचे म्हणजे विशिष्ट तंत्रज्ञान आणि साधनसामग्री यांबाबत तो स्वावलंबी असायला हवा.

१९९२मध्ये हैदराबादमधील निझाम्स इन्स्टिट्यूट ऑफ मेडिकल सायन्सेस (NIMS) येथील दोन डॉक्टरांशी माझी भेट झाली. एक होते कॉर्डिऑलॉजिस्ट डॉ. बी. सोमा राजू आणि दुसरे ऑर्थोपेडिक सर्जन डॉ. बी. एन. प्रसाद. परवडणारे उपचार गरीब लोकांना पुरवण्यासाठी त्यांनी मला प्रोत्साहन दिले. संरक्षण तंत्रज्ञानाचे आनुषंगिक फायदे नागरिकांना देता यावेत यासाठी मला त्यांच्याकडून प्रेरणा मिळाली.

विविध ज्ञानशाखांना जोडणाऱ्या क्रांतिकारक प्रकल्पांमध्ये DRDOमधील शास्त्रज्ञांना या दोन डॉक्टरांनी सहकार्य केले. पोलिओग्रस्त मुलांना चालण्यास मदत व्हावी यासाठी डॉ. बी. एन. प्रसाद यांनी एक नवीन संशोधन करून फ्लोअर रिॲक्शन ऑर्थोसिस (लेग कॅलिपरचा एक प्रकार) तयार केला. डॉ. प्रसाद यांनी निरनिराळ्या घटकांचे मिश्रण करून बनवलेले हे साधन DRDLने विकसित केले. हे आतापर्यंतच्या साधनापेक्षा अधिक बळकट व हलके होते. डॉ. बी. सोमा राजू यांनी ग्राउंडब्रेकिंग, परवडण्यासारखी कॅरोनरी स्टेन्ट बनवली. त्यासाठी त्यांनी डेल्टा-फेरिट-फ्री ऑस्टिनिटिक प्रकारच्या स्टील वायर्स वापरल्या. या वायर्सचा पृष्ठभाग वायर-ड्रॉइंग-इन्ड्युस्ड मायक्रो-चॅनेलपासून मुक्त होता. त्यामुळे अशा नाजूक गोष्टीसाठी त्यांचा चांगला उपयोग होऊ शकत होता.

याचे परिणाम समाधानकारक होते. कॅलिपर्स स्वस्त होते आणि ते हलके असल्यामुळे लोकप्रिय झाले. आधीच्या कॅलिपर्सचे वजन चार किलो होते, तर आताच्या कॅलिपर्सचे वजन फक्त ३०० ग्रॅम होते. हजारो रुग्णांनी त्याचा लाभ घेतला. स्टेन्टमुळे हृदयविकार असलेल्या रुग्णांच्या सर्जरीचा खर्च लक्षणीय रीत्या कमी झाला. केवळ स्टेन्टसाठीच रुग्णांना याआधी फार मोठी रक्कम मोजावी लागत असे. आता हे काम कमी खर्चात होऊ लागले. या स्टेन्टला 'कलाम-राजू स्टेन्ट' असे म्हटले जायचे. हे बाजारात आल्याने आयात केलेल्या स्टेन्टच्या किमतीवर एकदम मोठा परिणाम झाला. आजदेखील जगभरातील किमतीपेक्षा भारतातील रुग्णांना स्टेन्टचा खर्च कमी करावा लागतो.

भारताची क्षमता कशी वाढवता येईल हे बायोमेडिकल आणि संरक्षण उद्योग यांच्या सहयोगाने दाखवून दिले. आपल्या देशाकडे विशेष कौशल्य आणि चातुर्य जनतेच्या स्वरूपात होते; हे मी माझ्या कारकिर्दीत नेहमीच पाहत आलो आहे. गुणवत्तापूर्ण व्यक्तींनी सहकार्याची मानलेली बांधिलकी, निग्रह आणि इच्छा यांमुळेच हे साध्य होते. तंत्रज्ञानात स्वावलंबी बनण्यासाठीचा प्रत्येक प्रयत्न, अगदी प्रत्येक पाऊल हेच आपल्या थोर, प्राचीन देशाला लाभ करून देईल.

देशाच्या संरक्षणासाठी स्वावलंबी असणे विशेष महत्त्वाचे आहे. स्वतःचे पुरेसे लष्कर हे आपले नेहमीच अंतिम लक्ष्य असले पाहिजे. हे साध्य करण्यासाठी आपल्याला अधिक प्रगत संरक्षण व्यवस्था आणि सरकारची गुंतवणूक यांची गरज आहे. विद्यापीठे, खासगी विभाग व DRDO यांचा सक्रिय सहयोग असायला हवा.

संरक्षणमंत्र्यांचा विज्ञानविषयक सल्लागार आणि DRDOचा डायरेक्टर जनरल म्हणून मला स्पष्टपणे दिसत होते की, १९९०च्या मध्यास भारत, संरक्षणसामग्रीमध्ये स्वयंपूर्ण होण्यापासून पुष्कळच दूर होता. त्या टप्प्यापर्यंत पोहोचण्यासाठी भारताचा औद्योगिक तसेच संशोधन आणि विकास यांचा पाया अजून विकसित होणे आवश्यक होते. तिथे तडजोड करावी लागत होती. ही मधली अवस्था होती आणि त्याला आम्ही स्वावलंबी म्हणत होतो. परदेशांतून आणि स्वदेशातून आलेल्या संपूर्ण साधनसामग्रीने लष्कराला सुसज्ज करणे म्हणजे स्वावलंबी. त्याच वेळी आपली लष्करी औद्योगिक क्षमता हीसुद्धा परिपूर्ण असायला हवी.

'शेवटी तुमच्या स्वतःच्या मनाची एकसंधता यापेक्षा कोणतीही गोष्ट पवित्र नाही.'[३७]

दरम्यान, लष्कराच्या गरजा जाणून त्याबद्दल आपल्या क्षमता मोकळेपणाने, वस्तुनिष्ठतेने पाहणे आवश्यक होते. १९९६मध्ये नौदलाने जहाजविरोधी क्षेपणास्त्रे व युद्धनौका यांपासून संरक्षण मिळण्यासाठी क्विक रिॲक्शन सिस्टिम लवकर मिळावी, अशी इच्छा व्यक्त केली होती. पाकिस्तानला अमेरिकेकडून हार्पून मिसाइल्स मिळाली होती, तर फ्रान्सकडून एक्सोकेट सी-स्कीमिंग मिसाइल्स पाकिस्तानने मिळवली होती. ही क्षेपणास्त्रे दिवस असो की रात्र, हवा कशीही असो, ध्वनीच्या वेगाने आपल्या जहाजांचा वेध घेऊ शकत होती आणि जबरदस्त नुकसान करू शकत होती. आपल्याला केवळ क्षेपणास्त्रविरोधी क्षेपणास्त्र बनवून चालणार नव्हते; तर अशा प्रकारचे क्षेपणास्त्र येत असल्यास ते लाटांचा अडथळा न येता स्पष्टपणे पाहताही यायला हवे होते.

त्रिशूळ या क्षेपणास्त्राचा उपयोग याच प्रकारे व्हावा, असा उद्देश होता. पण त्याच्या चाचण्या अजून फिक्स्ड लाँचरवरून होऊ शकल्या नव्हत्या. त्यामुळे युद्धनौकेवर ते बसवणे आणि त्याचा तसा उपयोग होणे ही फार पुढची आणि अवघड गोष्ट होती. त्यामुळे नौदलास कसलेही क्षेपणास्त्र नसलेल्या दोन जहाजांवर भागवावे लागत होते.

---

३७. डॉ. कलामांना स्वावलंबनाचे महत्त्व वाटत असे. राल्फ वाल्डो इमर्सन या अमेरिकन तत्त्वज्ञाने १८४१मध्ये निबंध लिहिला होता. तो कलामांना एखाद्या पवित्र ग्रंथासारखा होता. त्यातला, 'स्वतःवर विश्वास ठेवा' हा परिच्छेद सगळ्यात प्रभावी होता. त्यात म्हटले होते, 'स्वतःची निजखूण जपण्याच्या आड समाज आणि जगातील इतर प्रभावशाली गोष्टी येऊ शकतात. पण आत्मसन्मानास फार महत्त्व आणि मोल आहे.'

लोकांचे जीवनमान अधिक चांगले व्हावे यासाठी विज्ञानाने अधिक मोठ्या प्रमाणात, व्यावहारिक भूमिका बजावण्याची गरज आहे.

नौदलाच्या गरजा आम्ही पुरवू शकत नाही, हे मी नाकारले नाही. मी त्यासाठी काही सबबीही सांगितल्या नाहीत. मी फक्त म्हणालो, 'गोष्टी वेळच्या वेळी व्हायला हव्यात.' याचा अर्थ आम्ही परदेशातून क्षेपणास्त्र यंत्रणा आणून नवीन जहाजांवर बसवायला हवी होती. आम्ही सुचवलेल्या अनेक यंत्रणांचे नौदलाने मूल्यमापन केले. अखेरीस इस्त्राइली बराक मिसाइल यावर एकमत झाले. या क्षेपणास्त्राची निवड केल्यामुळे भारतीय नौदलाची गरज तर भागलीच; शिवाय बराक मिसाइल ऑर्डर दिल्यामुळे ३५० दशलक्ष डॉलर्सचा संयुक्त प्रकल्प DRDOबरोबर करण्याचाही करार झाला. यातून दहा वर्षांनंतर बराक-एक्सटेंडेड रेंज सरफेस-टू-एअर हे १०० किलोमीटरपेक्षा जास्त पल्ल्याचे क्षेपणास्त्र विकसित होणार होते.

परदेशातील आणखीही काही जणांशी आपल्याला भागीदारी करता आली असती आणि ती पुढील शतकात चांगल्या तऱ्हेने सुरू राहिली असती. काही वर्षांपासून रशियन वैज्ञानिक संस्थेशी असलेल्या अंतराळ तंत्रज्ञानातील सहयोगात माझी पतप्रतिष्ठा चांगली तयार झाली होती. DRDO आणि रशियाची एनपीओ मॅशिनोस्ट्रॉनिआ यांच्या संयुक्त विद्यमाने एक मोठा प्रकल्प करण्याचा करार झाला. १२ फेब्रुवारी १९८८ या दिवशी या करारावर मॉस्को येथे सह्या झाल्या. एनपीओ मॅशिनोस्ट्रॉनिआ या महाकाय संस्थेत Malakhit आणि Granit व ICBMs[३८] यांसारखी युद्धनौकेवरील लक्षणीय क्षेपणास्त्रे विकसित केली होती.

तंतोतंत MTCRच्या नियमांनुसार या एकत्रितपणे केलेल्या कामगिरीत सुपरसॉनिक मिसाइलचा विकास झालेला दिसून आला असता. करारानुसार या एकत्रितपणे हाती घेतलेल्या कामामध्ये भारताकडे ब्राह्मोस एरोस्पेस लिमिटेड या कंपनीचे ५०.५ टक्के शेअर्स असणार होते. या कंपनीचा हेतू जगातील सगळ्यात वेगवान क्रूझ मिसाइलचे डिझाइन, विकास, उत्पादन आणि मार्केटिंग हा होता. आमचे एकच ध्येय ठरवून आम्ही दोघांच्या गरजा भागतील असे एक कायदेशीर करारपत्र बनवले.

दोघांनी मिळून केलेले हे साहस दोन्ही देशांनी योग्य रीतीने वाटून घेतले होते, हेही कंपनीच्या नावावरून दिसून येत होते. दोन्ही देशांना या प्रकल्पामध्ये भागीदारीचा सारखाच मान मिळावा या हेतूने BrahMos हे नाव ब्रह्मपुत्रा नदी आणि मॉस्को (Moskva) नदी यांना स्मरून ठेवले होते. युद्धाचे मूळ नियम ब्राह्मोसने पाळलेच पाहिजेत, असे आम्ही ठरवले. हल्ल्याचा वेग वाढतो, तेव्हा ते आपोआप शत्रूच्या हल्ल्याला प्रतिकार करण्याचा वेळ कमी करेल. त्यामुळे या प्रकारच्या सर्व क्षेपणास्त्रांमधले ब्राह्मोज हे सगळ्यात वेगवान क्षेपणास्त्र असावे, असे ठरले. ते Tomahawk या क्षेपणास्त्रापेक्षाही वेगवान असावे असे ठरले. इराकवर अमेरिकेने २००३मध्ये आक्रमण केले तेव्हा या क्षेपणास्त्राने जगभरातील लोकांचे लक्ष वेधून घेतले होते.

ब्राह्मोसच्या दोन अवस्था होत्या : पहिली होती सॉलिड फ्युएल रॉकेट. ते क्षेपणास्त्रास ध्वनी प्रतिबंधाच्या (Mach 1) पुढे नेऊ शकत होते. लिक्विड फ्युएल रॅमजेट ही दुसरी अवस्था होती. ते क्षेपणास्त्रास Mach २.८ पर्यंत गती देत होते. हे क्षेपणास्त्र लाटांपासून साधारण दहा मीटरवरून गती घेऊ शकत होते. त्यामुळे ते

---

३८. आंतरराष्ट्रीय बॅलिस्टिक मिसाइल्स

सी-स्कीमरही बनत होते. ब्राह्मोस हे अद्यापही सर्वात वेगवान क्रूझ मिसाइल आहे.

DRDLने जी पहिली कामगिरी माझ्यावर सोपवली, ती मी पुरी केली. भारत हा जगातला अण्वस्त्रधारी देश बनला. त्यासाठी लागणारे तंत्रज्ञान आम्हांला कुणाकडून मिळाले नव्हते, तर ते आमचे आम्ही मिळवले होते. आमच्या सर्व यंत्रणा आम्ही सर्वांनी मिळून तयार केल्या. काही काळापूर्वी आम्हांला त्या इतरांकडून उसन्या घ्याव्या लागल्या होत्या. आपण अशा गुंतागुंतीच्या प्रदेशात राहत असताना, नवीन शतकात प्रवेश करत असताना भारत संरक्षणविषयक आव्हानांना तोंड देण्यासाठी सज्ज झाला हे सगळ्यात महत्त्वाचे होते. आता आपला देश जागतिक लष्करी ताकद असलेला देश म्हणून स्थान मिळवू शकतो.

मात्र, तरीसुद्धा माझ्या जीवनाची आता इतिकर्तव्यता झाली, असे मी मानत नव्हतो. विसाव्या शतकाच्या अखेरच्या दशकात जगातील इतर देशांपेक्षा आपण अजूनही मागेच आहोत, असे माझे मत होते. दूरदृष्टीच्या अभावाचा परिणाम कमकुवत अर्थव्यवस्था आणि लोकसंख्या यांवर होत होता. एकविसाव्या शतकात आपण देशाची ऐतिहासिक थोरवी पुन्हा कशी मिळवून देणार होतो? असंख्य युवकांच्या प्रज्ञेस पडताळून पाहत आपण ती कधी जागृत करणार?

क्षेपणास्त्राचा संपूर्ण कार्यक्रम पार पाडत असताना मला वाटत होते की, परमेश्वराच्या परिवर्तनीय शक्तीचे मी फक्त एक साधन आहे. नवीन आव्हानांकडे परमेश्वर मला हाताला धरून नेत होता; मात्र बऱ्याच जणांना वाटत होते की, मी आता निवृत्त होणार.

❑

७ विकसित भारताचे स्वप्न

'जिथे दूरदृष्टी नसेल तिथे समाज नष्ट होतो.'[३९]

टेक्नॉलॉजी इन्फॉर्मेशन, फोरकास्टिंग ॲण्ड असेसमेंट काउन्सिल (TIFAC) येथे ५०० तज्ज्ञांच्या चमूने २०२०मधील विकसित भारताचे चित्र विस्तृत अभ्यास करून मांडले होते. ते मी पाहिले; देशाला विकसित करणारे घटक कोणते आहेत, यावर आम्ही चर्चा केली. आम्ही असा निष्कर्ष काढला की, साधारणपणे लोकांचे चांगले राहणीमान आणि आंतरराष्ट्रीय उच्च दर्जा असलेले श्रीमंत राष्ट्र म्हणजेच विकसित राष्ट्र.

देशाची संपत्ती मोजण्याचे अनेक घटक आहेत. त्यातील काही म्हणजे एकूण राष्ट्रीय उत्पादन (GNP), एकूण देशांतर्गत उत्पादन (GDP), थकबाकी, आर्थिक वृद्धिदर, परकीय चलन साठवणूक, दरडोई उत्पन्न, इत्यादी आर्थिक घटकांवरून राष्ट्राच्या सांपत्तिक स्थितीचा अंदाज येतो. अर्थात हे केवळ निदर्शक आहे. हे सर्व घटक वेगवेगळे पाहिले तर सामान्य माणसाचे त्रास कमी वाटतात.

आमच्या कामाचा विस्तार करण्याची गरज होती. आम्ही २०२०च्या आत भारत विकसित राष्ट्र करण्याची योजना तयार केली. आणि ही योजना पुस्तक स्वरूपात *भारत २०२० : नवीन सहस्त्रकाचे स्वप्न* या नावाने आम्ही प्रकाशित केली. आर्थिक प्रश्नांच्या पलीकडे जाऊन ही योजना विचार करते. राष्ट्राच्या समृद्धीबरोबरच तिथल्या जनतेचे आयुष्य कसे सुधारावे, यावर ही योजना प्रकाश टाकते.

'भारत २०२०' या योजनेत सुधारणेसाठी मी बरेच विषय मांडले. शेती व अन्नप्रक्रिया उत्पादन दुप्पट करणे, विश्वासार्ह विद्युत शक्तीतून ग्रामीण भागात शहरी सुविधा पुरवणे, त्याचबरोबर सौरऊर्जा निर्मितीवर भर देणे, अधिकाधिक लोकांना साक्षरतेकडे नेणारे शिक्षण, भारतीय जनतेला आरोग्यसेवा, सामाजिक सुरक्षा आणि एकूणच आरोग्य; इ-प्रशासन वाढवण्यासाठी आणि दुर्गम भागांमध्ये शिक्षण पोहोचवण्यासाठी माहिती आणि दळणवळण तंत्रज्ञान; अजून सुधारणा करायला हवी अशी क्षेत्रे म्हणजे दूरसंचार, दूर राहून ग्रामीण भागातील जीव वाचू शकतात असे टेलिमिडिसिन, महत्त्वाचे तंत्रज्ञान आणि उद्योग, विशेषतः आण्विक तंत्रज्ञान, अंतराळ तंत्रज्ञान आणि संरक्षण तंत्रज्ञान.

२०२०पर्यंत जगातील पहिल्या चार आर्थिक शक्तींपैकी एक म्हणून भारताचा उदय कसा होईल, याचे

---

३९. द बायबल, प्रॉव्हर्ब्स, २९:१८ (किंग जेम्स व्हर्जन)

सचित्र स्वप्न आम्हांला दिसले. हे स्वप्न अजूनही सत्यात उतरू शकते. पण हे साध्य करण्यासाठी लोकांशी बांधिलकी आणि तीव्र 'इच्छाशक्ती' हवी. क्षणिक फायद्याकडे न बघता टिकाऊ समृद्धीसाठी राष्ट्रहिताचा विचार करून एकत्र आले पाहिजे. हे आता भारतीय तरुणांसमोरचे आव्हान आहे.

'तलवारींच्या छायेत स्वर्ग असतो.'[४०]

आम्ही १९९०च्या मध्यात व्हिजन-२०२०बाबत काम करत होतो. त्याच वेळेस देशाच्या आण्विक स्थितीबद्दल राष्ट्रीय नेतृत्वाने बोलण्याची तयारी दर्शवली. आता हे वैज्ञानिक वर्तुळात आणि संरक्षण संघटनांमध्ये सुस्पष्ट झाले होते की, भारताची आण्विक क्षमता आपल्या संभाव्य शत्रूंचा जोरदार मागोवा घेत आहे. भारत पूर्णपणे आण्विक सक्षम देश बनणे गरजेचे होते. त्यासाठी अणुबाँबची चाचणी घेणे आवश्यक होते. १९९१चे आर्थिक संकट मागे पडल्यामुळे अर्थव्यवस्था भक्कम होती. चाचणीसाठी हीच वेळ योग्य होती.

पंतप्रधान पी. व्ही. नरसिंह राव यांनी अणुचाचणी घेण्याचे ठरवले आणि त्यासाठी १९ डिसेंबर १९९५ ही तारीख मुक्रर केली. डिसेंबरच्या मध्यापर्यंत त्यांनी स्फोटासाठी तयार एक बाँब जागेवर ठेवूनदेखील घेतला होता. चाचणी मात्र होऊ शकली नाही. १५ डिसेंबर रोजी *न्यू यॉर्क टाइम्स*ने अशी बातमी दिली की, अमेरिकेच्या हेरगिरी करणाऱ्या उपग्रहांनी राजस्थानच्या वाळवंटात अणुचाचणीची तयारी सुरू असल्याचे फोटो घेतले आहेत. पंतप्रधानांवर चाचणी रद्द करण्यासाठी, मुख्यतः अमेरिकेकडून, मोठ्या प्रमाणात राजनैतिक दबाव आणण्यात आला. अमेरिकेचे राष्ट्रपती बिल क्लिंटन यांनी स्वतः पंतप्रधान राव यांना फोन करून त्यांच्याकडून चाचणी होणार नाही, अशी हमी वदवून घेतली.

माझ्या मते, शेजारील विरोधी राष्ट्रांकडे अण्वस्त्रे असताना, इतर अणु-सक्षम देशांनी भारताला आण्विक शस्त्रास्त्र विकसित करण्यापासून रोखण्याचे काही कारणच नव्हते. मी १४ जानेवारी १९९६ रोजी पंतप्रधानांना पत्र लिहून सुरू असलेल्या कॉंप्रिहेन्सिव्ह न्यूक्लिअर-टेस्ट-बॅन ट्रीटी (CTBT)च्या वाटाघाटींमधून अंग काढून घेण्यास सुचवले व लवकर अणुचाचणी करण्याचे आवाहन केले. ते खासगीत आमच्या उद्देशांशी सहमत होते. मात्र, त्यांनी काही दिवस या योजना स्थगित केल्या. ते कालहरण करत होते.

भारतात १९९६मध्ये सार्वत्रिक निवडणुका आल्या. पंतप्रधान पी.व्ही. नरसिंह राव यांच्या द इंडियन नॅशनल कॉंग्रेसला हार पत्करावी लागली आणि अधांतरी संसद अस्तित्वात आली. राष्ट्रपती शंकर दयाळ शर्मा यांनी भारतीय जनता पक्षाचे नेता म्हणून अटल बिहारी वाजपेयी यांना सत्ता स्थापनेसाठी आमंत्रण दिले. त्यांच्या तेरा दिवसांच्या सरकारमध्ये प्रमोद महाजन संरक्षणमंत्री होते. पण संसदेतील ५४५ पैकी २०० सभासदांचा पाठिंबा मिळवता न आल्यामुळे वाजपेयी सरकारने राजीनामा दिला.

या अल्पकाळात मावळते पंतप्रधान नरसिंह राव यांनी नवे पंतप्रधान वाजपेयी यांना अणुबाँब चाचणीची तयारी असल्याची माहिती दिली. सरकार पडण्याच्या थोडेसे आधी पंतप्रधान वाजपेयी यांनी चाचणीसाठी हिरवा कंदील दाखवला होता.

---

४०. हे वाक्य अधिकृत मुस्लीम पुस्तकात उद्धृत आहे. यात मुहम्मद इब'इस्माइल अल-बुखारी यांचे प्रसिद्ध लिखाण आहे. डॉ. कलाम यांनी या वाक्याचा अर्थ असा लावला की, 'ज्यांना शांतता हवी आहे, त्यांनी युद्धासाठी तयार असले पाहिजे.'

> या वेळची आण्विक चाचणी होण्याची खबर जरासुद्धा कोणाला कळू न देण्याची पंतप्रधान वाजपेयी यांनी पुरेपूर काळजी घेण्याचे ठरवले. त्यांच्या केंद्रीय सहकाऱ्यांनाही त्यांनी काही सांगितले नाही.

पुढचे पंतप्रधान एच. डी. देवेगौडा यांनी उत्तर प्रदेशचे माजी मुख्यमंत्री मुलायम सिंग यादव यांना संरक्षणमंत्री नेमले. मुलायम सिंगजी यांच्याशी माझे व्यक्तिगत स्नेहसंबंध दृढ झाले. त्यांनी मला हिंदीही शिकवले. ८ डिसेंबर १९८५ रोजी स्थापन झालेल्या साउथ एशियन असोसिएशन फॉर रीजनल को-ऑपरेशन (SAARC) संदर्भातील त्यांचा दृष्टिकोण मुलायम सिंगजींनी मला सांगितला. युरोपिअन युनियनच्या धर्तीवर त्यांना ग्रेट इंडियन युनियनची संभावना दिसत होती. यामध्ये आर्थिक संबंध जोडलेले असतील आणि भारतीय उपखंडात लोकांचा मुक्त संचार असेल.

देशाची आण्विक क्षमता विकसित करण्यास मुलायम सिंगजी उत्सुक होते. त्यांनी आण्विक साधनांची चाचणी घेण्याच्या तयारीत राहायला सांगितले. मात्र, पंतप्रधान देवेगौडा यांनी तेवढा उत्साह दाखवला नाही आणि आण्विक चाचण्यांसाठी परवानगी नाकारली.

एका वर्षात तिसऱ्यांदा सरकार बदलले होते. एप्रिल १९९७मध्ये काँग्रेस (आय) पक्षाने आघाडी सरकारमधील त्यांचा आधार काढून घेतला आणि देवेगौडा यांचे सरकार कोसळले. त्या वेळेस देवेगौडा मंत्रीमंडळात परराष्ट्रमंत्री म्हणून इंदर कुमार गुजराल होते. ते सगळ्यात युद्धविरोधी म्हणून गणले जायचे आणि त्यांनाच नवीन आघाडी सरकारचे नेते म्हणून निवडले गेले. पंतप्रधान गुजराल यांनी गौडा मंत्रीमंडळातील प्रत्येक मंत्री परत नियुक्त केला. मुलायम सिंगजीही पुन्हा संरक्षणमंत्री झाले.

१९९७ हे वर्ष आण्विक शस्त्रांच्या चाचण्यांसाठी योग्य नाही, असे पंतप्रधान गुजराल यांचे मत होते. अणुबाँब चाचणी घेतल्यास भारतावर आंतरराष्ट्रीय निर्बंध लादले जाऊ शकतात. त्या निर्बंधांना तोंड देण्यास भारतीय अर्थव्यवस्था अधिक लवचीक असण्याची गरज आहे, असे त्यांना वाटत होते. या आण्विक चाचण्यांमुळे जे आंतरराष्ट्रीय वादळ भारत सरकारच्या कमकुवत आघाडी सरकारला झेलावे लागेल, ते फार अवघड असेल याचीही त्यांना कल्पना होती.

इथे हे सांगण्याची गरज नाही, की गुजराल सरकार राष्ट्रीय संरक्षणाच्या बाबतीत मवाळ होते. भारतातील संभाव्य आण्विक गोष्टींची रचना करताना, मी त्यातील प्रमुख शास्त्रज्ञ होतो. अशा वेळी, म्हणजे नेमके सांगायचे तर, नोव्हेंबर १९९७मध्ये पंतप्रधानांनी मला 'भारतरत्न' प्रदान करण्याची घोषणा केली. हे सरकारने जाहीर केलेले आंतरराष्ट्रीय निवेदन होते. यावरून सरकारचे राष्ट्रीय सुरक्षेला महत्त्व देण्याचे धोरण लक्षात येते. सर सी. व्ही. रामन यांच्यानंतर भारतरत्न पुरस्कार मिळालेला मी दुसरा शास्त्रज्ञ होतो. सर सी. व्ही. रामन यांना भौतिकशास्त्रमधील त्यांच्या योगदानाबद्दल १९५४मध्ये भारतरत्न पुरस्कार मिळाला होता.

भारताच्या संभाव्य शत्रूंशी तुलना होऊ शकेल, एवढी तरी भारताकडे आण्विक क्षमता असावी, याचे महत्त्व मला पटलेले होते. पण संरक्षण विभागाला थोडा धीर धरावा लागणार याचीही मला कल्पना होती. तरीही आम्ही तयारी ठेवली होती.

'भारताने जगासमोर ठामपणे उभे राहिले पाहिजे. जवळजवळ दोन सहस्त्रके लाखो लोक इथे एकत्र राहत आहेत, याची जाणीव ठेवली पाहिजे. इतक्या महान संस्कृतीचे भवितव्य काही-शे वर्षांपूर्वी एकत्र येऊन राहिलेले देश ठरवू शकत नाहीत.' [४१]

१९९८च्या सार्वत्रिक निवडणुका आण्विक चाचणी मुद्द्याला एक अर्थ प्राप्त करून देणार होत्या. भारतीय जनता पक्षाला अनन्यसाधारण जनादेशातून राजकीय स्थैर्य मिळाले. निवडणूक प्रचारादरम्यान भाजपने, निवडून आल्यास आण्विक शस्त्रास्त्र कार्यक्रम पुढे नेण्याचा उद्देश मांडला होता. निवडणुकीतील विजयानंतर लोकांच्या मनातील आण्विक प्रश्नाबाबतची शंका दूर झाली. आता सर्वांनाच असे वाटत होते की,भारताने आण्विक चाचणी करावी. एक अणुशक्तीबाबत भारताने ठाम भूमिका घेतली पाहिजे. इतर आण्विक सक्षम राष्ट्रांकडून झालेले आक्रमण परतवण्यासाठी आपल्या राष्ट्रांकडे तेवढी आण्विक क्षमता असलीच पाहिजे. जगाच्या व्यासपीठावर भारताला त्याच्या योग्यतेचा मान मिळायला हवा.

पंतप्रधान वाजपेयी यांच्या आघाडी सरकारला मताधिक्याने विजय मिळाल्यानंतर पंधरा दिवसांच्या आत त्यांनी माझ्याशी आणि आर. चिदंबरम यांच्याशी संपर्क साधला. त्यांनी आम्हांला आण्विक चाचणी करण्याचे अधिकार दिले. पंतप्रधानांचे प्रधान सचिव आणि वाजपेयींचे सर्वाधिक विश्वासपात्र ब्रजेश मिश्रा यांची, नोकरशाहीतील एकमेव संपर्काधिकारी म्हणून नेमणूक झाली. चाचणी घेण्यासाठी संबंधित लोकांना पुरेशी म्हणजे ३० दिवसांची सूचना देण्यात आली. ११ मे १९९८ रोजी बुद्ध पौर्णिमा होती. हा उत्साहपूर्ण दिवस चाचणीसाठी निश्चित करण्याचे मी सुचवले. कोणत्याही चर्चेशिवाय सर्वांनी मनापासून हा पवित्र दिवस मान्य केला.

संपूर्ण कार्यक्रम गुप्ततेत पार पाडण्याचे ठरले. १९९५चा कटू अनुभव सर्वांच्या मनात ताजा होता. तेव्हा अणुबाँबची चाचणी होणार असल्याची बातमी अमेरिकेला मिळाली होती. या वेळची आण्विक चाचणी होण्याची खबर जरासुद्धा कोणाला कळू न देण्याची पंतप्रधान वाजपेयी यांनी पुरेपूर काळजी घेण्याचे ठरवले. त्यांच्या केंद्रीय सहकाऱ्यांनाही त्यांनी काही सांगितले नाही. संरक्षणमंत्री जॉर्ज फर्नांडिस यांनासुद्धा आमच्या तयारीची काहीच कल्पना नव्हती. आम्ही जमवलेला चमू अगदी लहान असल्यामुळे गुप्तता राखणे सोपे झाले.

चाचणीचे ठिकाण जगाला ओळखीचे होते : पोखरण टेस्ट रेंज. इथेच १९७४मध्ये भारतात प्रथम आण्विक चाचणी घेण्यात आली. १९७४प्रमाणेच आताच्या चाचण्याही जमिनीखाली घेण्यात येणार होत्या.[४२] पोखरण हे शहर राजस्थानातील जैसलमेर जिल्ह्यामध्ये दूरवर थरच्या वाळवंटात होते. हे गाव खडक, वाळू आणि पाच मिठागरांनी वेढलेले आहे. पोखरणचा अर्थ पाच मृगजळांचे ठिकाण. त्या रखरखीत, कडक, पडीक जमिनीला शोभेल असेच हे नाव आहे. चाचणीची जागा गावापासून थोडी दूर ठेवली होती.

---

४१. अरुण तिवारी, *इंडियन अबव्ह ऑल, एपीजे अब्दुल कलाम : अ लाइफ,* हार्पर कॉलिन्स, २०१५, पृष्ठ ७.

४२. द पार्शल टेस्ट बॅन ट्रीटी (PTBT) हा एक आंतरराष्ट्रीय करार आहे. तो ऑक्टोबर १९६३पासून अमलात आणण्यात आला. जे आण्विक स्फोट जमिनीखाली केले नाहीत, त्या सर्वांवर या कराराद्वारे बंदी घालण्यात आली. उदाहरणार्थ, अल्जेरिया येथे फेब्रुवारी १९६०मध्ये झालेली फ्रेंच गेरबॉइस ब्लू टेस्ट.

पोखरण टेस्ट रेंज ही इंडियन आर्मीज कॉर्प्स ऑफ इंजिनिअर्सच्या ५८ इंजिनिअर रेजिमेंटच्या अखत्यारीत होती. या रेजिमेंटने गेल्या काही वर्षांत तीन खोल सुरुंग खोदले होते. हेरगिरी करणाऱ्या उपग्रहांची नजर चुकवून त्यांनी रात्रीच्या वेळेत हे काम पूर्ण केले. तिथे बऱ्याच सुकलेल्या रिकाम्या विहिरी होत्या. त्यातल्याच तीन विहिरी खोल व रुंद करून पन्नास मीटर खोल जागा तयार केली. या भागांना सहा सांकेतिक नावे दिली होती. कमीत कमी दहा दिवसांच्या सूचनेने चाचणी करता येईल अशी सर्व व्यवस्था एक वर्षापासूनही अधिक काळ कायम ठेवली होती.

चाचणीच्या आधी काही दिवस, पोखरणला बॉंब आणून जागेवर ठेवले. व्हाइट हाउस (दोनशे मीटर खोल) नावाच्या भागात अणुस्फोटात उत्पन्न होणाऱ्या प्रचंड उष्णतेचा अभ्यास करणारे यंत्र बसवण्यात आले. ताजमहाल (दीडशे मीटर खोल) नावाच्या भागात फिशन म्हणजेच अणुबॉंब ठेवण्यात आला. पहिल्या सब-किलोटन अणुबॉंबचा कुंभकर्ण नावाच्या भागात स्फोट करण्याचे ठरवण्यात आले. दुसऱ्या चाचणीसाठी नवताल (नवीन विहीर) नावाचे इतर तीन भाग नेमण्यात आले. या ५० मीटर खोल भागाचे एनटी १, २ आणि ३ असे नाव ठरवले.

चाचणीच्या दिवसापर्यंत अनवधानाने कोणतीही चूक होणार नाही, अशी आम्ही काळजी घेत होतो. शास्त्रज्ञ पोखरणला येताना एकट्याने प्रवास करून येत होते. आम्ही सर्व शास्त्रज्ञ लष्करी पोषाखात असायचो. आम्हांला लष्करी नावांची स्वतंत्र ओळख देण्यात आली होती. मी पोखरण टेस्ट रेंज येथे मेजर जनरल पृथ्वीराज म्हणून ओळखला जात होतो. चाचणी घेण्याबाबत कुणालाही शंका येऊ नये म्हणून सर्वतोपरी काळजी घेण्यात येत होती.

११ मे १९९८ची पहाट उगवली. त्या दिवशी पोखरणमध्ये जोरदार वाऱ्यामुळे सर्वत्र वाळू पसरत होती. जमिनीखालच्या स्फोटातून कोणत्याही किरणोत्सर्जनाची शक्यता जवळजवळ नव्हती. तरीही आम्ही चुकीला अजिबात वाव ठेवणार नव्हतो. स्फोटामुळे उडालेला धुरळा वाऱ्याबरोबर पोखरण शहरात जाऊ शकत होता. आम्हांला थांबावे लागणार होते. पंतप्रधान वाजपेयी यांनी त्या दिवशीचे त्यांचे सर्व कार्यक्रम रद्द केले आणि ते टेस्ट साइटच्या थेट फोनलाइनजवळ घरी थांबले. मला माझ्या तरुणपणी वाचलेले सुंदर वाक्य आठवले, 'वाट बघण्यायोग्य गोष्टीची सहसा वाट पाहावी लागतेच.' या चाचणीसाठी मी व माझे सहकारी गेली कित्येक वर्षे वाट पाहत होतो. अजून काही तास थांबायला आमची हरकत नव्हती.

मी दुपारी तीन वाजता पंतप्रधानांना फोन करून सांगितले की, वारे वाहायचे कमी झाले आहे आणि पुढच्या तासाभरात चाचणी घेण्यात येईल. दुपारी ३:४३:४४:२ वाजता तीन आण्विक साधनांचे एकाच वेळेस स्फोट घडवण्यात आले. सगळ्यांचा मिळून जो जोर होता, त्यामुळे क्रिकेट मैदानाएवढ्या आकाराची जमीन उचलली गेली. धूळ आणि वाळूचे ढग वर उधळले. १९७४प्रमाणे या वेळेस 'शांततापूर्ण चाचण्या' केल्या असे कोणतेही दावे करण्यात आले नाहीत. सरकारी अधिकाऱ्यांनी ताबडतोब लष्करी स्वरूपाचे स्फोट असल्याचे आग्रहाने सांगितले. ब्रजेश मिश्रा यांनी पत्रकारांना सांगितले की, भारताकडे आण्विक शस्त्रास्त्र कार्यक्रमाची क्षमता आहे, हे या चाचण्यांवरून सिद्ध होते.'

दोन दिवसांनी म्हणजे १३ मे रोजी जमिनीखाली एनटी१ आणि एनटी२ या दोन सब-किलोटन अणुबॉंबचा स्फोट करण्यात आला. या पाच स्फोटांनंतर अपेक्षित परिणाम आपल्याला मिळाले आहेत, असे आर. चिदंबरम यांना वाटले. त्यामुळे त्यांनी दिलेल्या आदेशानुसार एनटी३ हा बॉंब काढून परत सुरक्षित ठिकाणी

तो ठेवून देण्यात आला. ते आम्हांला अस्पष्ट आवाजात म्हणाले, 'ते वाया कशाला घालवायचे?'

पोखरण-२ चाचणीने हेच सिद्ध केले की, मिसाइलने वाहून नेता येतील अशी अधिक शक्तिशाली आणि वजनाने हलकी आण्विक शस्त्रास्त्रे आपल्याकडे आहेत. आता भारत अणुशक्तीमध्ये परिपूर्ण झाला होता.

२८ मे १९९८ रोजी पाकिस्तानने चगाई जिल्ह्याच्या बलुचिस्तान भागातील रास कोह डोंगरांमध्ये अणुचाचणी केली. पाठोपाठ दुसरी चाचणी ३० मे १९९८ रोजी केली. पंतप्रधान नवाझ शरीफ म्हणाले, 'भारताने बाँबस्फोट केले नसते, तर पाकिस्तानने हे केले नसते. नवी दिल्लीने असे केल्यामुळे जनतेच्या दबावापुढे आम्हांला दुसरा पर्याय नव्हता.'

मे १९९८च्या चाचण्यांनंतर पाश्चिमात्य माध्यमांनी जे आकांडतांडव केले ते हास्यास्पद होते. ब्रिटन आण्विक शस्त्रास्त्रांचा आणि लष्करी साहित्याचा साठा करू शकतो; मग भारत का नाही? व्याप्त अल्जीअर्समध्ये फ्रेंच जेव्हा वातावरणातील अणुचाचण्या करत होते, तेव्हा कोणीच काही का बोलले नाहीत? हे प्रश्न योग्य नाहीत का? ब्रिटनला आणि फ्रान्सला आण्विक शस्त्रास्त्रांचे देवदत्त अधिकार आहेत, असे काही या प्रश्नांचे उत्तर असू शकत नाही. उलट, त्यांच्याकडून आण्विक शस्त्रकपातीचा एकतर्फी नैतिक निर्णय अपेक्षित आहे. पाश्चिमात्य, रशियन्स किंवा चायनीज यांपैकी कोणालाच यात विसेष रस नव्हता. आण्विक सक्षम जगात स्वत:चे स्थान सिद्ध करण्याची भारताला गरज होती, ते त्याने केले.

'तुम्हांला तुमच्या शत्रूशी शांतता प्रस्थापित करायची असेल तर तुम्हांला शत्रूबरोबर काम करावे लागते. मग शत्रू तुमचा जोडीदार बनू शकतो.'[४३]

२० फेब्रुवारी १९९९ रोजी पंतप्रधान अटलबिहारी वाजपेयी आणि नवाझ शरीफ यांनी वाघा बॉर्डर येथे मित्रत्वाचे आवाहन करत एकमेकांना दारे खुली केली. हा एक ऐतिहासिक निर्णय होता. गेली ५१ वर्षे भारत-पाकिस्तान दरम्यान जे द्वेषाचे वातावरण होते, ते निवळावे यासाठीचा तो प्रयत्न होता. पंतप्रधान वाजपेयी २२ नामवंत भारतीयांबरोबर दिल्ली-लाहोर बसमधून बॉर्डर चेक-पोस्टवर पोहोचले, तेव्हा पंतप्रधान नवाझ शरीफ त्यांचे स्वागत करण्यासाठी उपस्थित होते.

या दोन नेत्यांनी हस्तांदोलन करून गळाभेट घेतली, तेव्हा बॉर्डरच्या दोन्ही बाजूचे शेकडो लोक हा सोहळा साजरा करण्यासाठी उपस्थित होते. तो उपखंडातील एक ऐतिहासिक क्षण होता. बॉर्डरच्या दोन्ही बाजूंना अणुचाचणी होऊनसुद्धा दोन्ही देशांच्या प्रतिनिधींनी शांततापूर्ण सह-अस्तित्वाकडे वाटचाल सुरू केली होती. त्यानंतर १९९९मध्ये कारगिल युद्ध झाले, तेव्हा ही शांतता किती तात्पुरती होती, हेच सिद्ध झाले.

पाकिस्तानने लाइन ऑफ कंट्रोल (LOC)वर घुसखोरी करून काश्मीरमध्ये प्रवेश केला होता. या कारगिल युद्धात भारताने पाकिस्तानी सैनिकांना हुसकावून बाहेर काढले. यावरून अजून एक मुद्दा समोर आला, की ताकदवान शक्ती शांततेकडे दुर्लक्ष करतात.

काही दुष्ट शक्तींची संघर्ष वाढवण्याचीच प्रवृत्ती असते. तरीही या देशातल्या नेत्यांनी उपखंडात शांतता

---

४३. नेल्सन मंडेला (१९९८-२०१३) दक्षिण अफ्रिकन वर्णद्वेषाविरुद्ध लढा देणारे क्रांतिकारक होते. ते १९९४ ते १९९९ या काळात दक्षिण आफ्रिकेचे राष्ट्रपती होते. डॉ. कलाम यांना त्यांच्याबद्दल नितांत आदर होता. अखेर ते भारताचे राष्ट्रपती म्हणून १६ सप्टेंबर २००४ रोजी औपचारिक भेटीसाठी दक्षिण आफ्रिकेला गेले असताना श्री. मंडेला यांना भेटले.

प्रस्थापित करण्याची मिळेल ती संधी घेतली पाहिजे. कदाचित महाभारतातला सुज्ञपणा इथे उपयोगी पडू शकेल. पितामह भीष्म जखमी होऊन शरशय्येवर मृत्यूची वाट पाहत होते, तेव्हा पांडव त्यांना भेटायला गेले आणि त्यांना सल्ला विचारला. भीष्म त्यांना म्हणाले, 'कोणीच कोणाचा मित्र नसतो. कोणीच कोणाचा शत्रू नसतो. परिस्थिती मित्र आणि शत्रू बनवते.' जग बदलत राहील. धोरण ठरवण्याचे, डावपेचाचे विचार हे परिस्थितीनुसार बदलणारे, प्रतिसादात्मक असावेत. एखादी व्यक्ती जशी आपली परिस्थिती जाणून आपले वागणे-बोलणे बदलते, तसेच देशाने केले पाहिजे.

१९९९च्या उत्तरार्धात माझ्या लक्षात आले की, DRDOमधून निघण्याची वेळ आली आहे. पण मला निवृत्त करण्याचे भारत सरकारच्या मनात नव्हते. नोव्हेंबर १९९९मध्ये भारत सरकारचे प्रिन्सिपल सायन्टिफिक ॲडव्हायझर (PSA)चे कार्यालय स्थापन करण्यात आले. मी तिथला पहिला पदाधिकारी होतो. या PSAने नवनवीन कल्पना अस्तित्वात आणण्यासाठी धोरण, मोहीम आखणे अपेक्षित होते. PSAने संरक्षण योजनेचा एक भाग म्हणून विमानतळ, रडार, नाविक तळ इत्यादींची जोडणी, आर्थिक आणि सामाजिक क्षेत्रात सरकारी खात्यांच्या मदतीने संस्था आणि उद्योगक्षेत्रात विशिष्ट विज्ञान आणि तंत्रज्ञानविषयक कामे करावीत, अशीही कल्पना होती. या पदावरून मी मंत्रीमंडळाच्या प्रिन्सिपल सायन्टिफिक ॲडव्हायझरी कमिटीचा सचिव आणि अध्यक्ष म्हणूनही काम करायचे होते.

मला देवाने नवीन रस्ता दाखवला. तो हात मला जाणवला. हा रस्ता कुठे जाणार हे आताच स्पष्ट होत नव्हते. देवाची इच्छा म्हणून आत्ता फक्त मान्यता देणे आणि त्याप्रमाणे त्याचे अनुसरण करणे हेच मी करणार होतो. मी हेच आयुष्यभर केले होते. मला अजूनही आठवते, मी आईच्या मांडीवर बसलेलो असताना माझे वडील आईला सांगत होते,

> 'विश्वास किंवा श्रद्धेचे दोन भाग असतात. एक भाग म्हणजे धीर आणि दुसरा भाग म्हणजे कृतज्ञता. धीराचा किंवा संयमाचा अर्थ असा होतो की, मी कुणापुढे तक्रारी करू नयेत. माझ्या सुखसोयींना आणि अधिकारांना चिकटून राहू नये. वाईट वेळ आली तरी तिरस्कार किंवा द्वेष यांना थारा देऊ नये. वाईट वेळ लवकर निघून जावी अशीसुद्धा इच्छा करू नये. जो धीर सोडतो, तो मोडून पडतो आणि जो उभा राहतो, तो सुधारतोच.'

❑

८ उन्नती

'सशक्तीकरण आतून होते, ते विधात्याशिवाय कोणीच देऊ शकत नाही.'[४४]

३० जून २००१ रोजी मी दिल्ली येथे बोचासनवासी श्री अक्षरपुरुषोत्तम स्वामीनारायण संस्थेचे मुख्य प्रमुख स्वामीजी यांना भेटलो. त्यांच्या सौम्य, विनम्र आणि प्रसन्न व्यक्तिमत्त्वाची माझ्यावर तत्काळ भुरळ पडली. माझे विचार आणि मला आलेले अनुभव यांबद्दल मला त्यांच्याशी बोलावेसे वाटले. मी प्रमुख स्वामीजींना सांगितले की, १८५७ पूर्वीपासून भारताजवळ एक स्वप्न होते की, आज ना उद्या आपण स्वतंत्र राष्ट्र होणार. पुढील ९० वर्षे हा संघर्ष अनेक अडचणींना तोंड देत चालू राहिला. या काळात श्रीमंत व गरीब, तरुण व म्हातारे, उच्चवर्गीय व सर्वसामान्य लोक, शिकलेले व निरक्षर अशा सर्व स्तरांतील संपूर्ण भारतीय समाज एका ध्येयासाठी एकत्र आला. या एकमेव ध्येयावर सर्वांनी लक्ष केंद्रित केले आणि सगळ्यांचा असा निर्धार होता, की भारत हे स्वतंत्र राष्ट्र व्हायलाच हवे.

मी प्रमुख स्वामीजींना माझ्या ४० वर्षांच्या कामाची माहिती दिली. माझे काम मुख्यत: अणुऊर्जा, अवकाश संशोधन आणि संरक्षण संशोधन अशा तीन शास्त्रीय क्षेत्रांत होते. मी त्यांना म्हणालो की, भारतास स्वातंत्र्य मिळून ५० वर्षांचा मोठा काळ लोटला आहे. मात्र, तरीसुद्धा या काळात कोणताही नवीन दृष्टिकोण अजूनही तयार झाला नाही, याचे मला फार दु:ख होते. भारत अजूनही विकसनशील देशच राहिला आहे. हा देश आर्थिक दृष्ट्या तसा भक्कम नव्हता. सामाजिक दृष्ट्या एकसंध नव्हता आणि बऱ्याचदा देशाचे स्थैर्यही धोक्यात आले. देशाला आपले सार्वभौमत्व धोक्यात येण्याच्या संकटासही तोंड द्यावे लागले. देशातील अकार्यक्षमतेची उणीव असह्य होती. तेलाची आयात करावी लागत होती. विशिष्ट तंत्रज्ञानासाठी इतर देशांवर अवलंबून राहावे लागत होते.

मग मी या समस्येच्या मुळाशी गेलो. मी स्पष्टच सांगितले की, मला असे वाटतेय, नुसत्या सरकारी परवानग्या मिळवणे पुरेसे नाही. अगदी पैसे जरी मिळाले तरी तेही पुरेसे नाही. आपला देश विकसित व्हावा असे ध्येय डोळ्यांसमोर ठेवणारे लोक शोधणे हेच मोठे कठीण काम होते. प्रगत भारताचे स्वप्न प्रत्यक्षात उतरवण्यासाठी सज्जन माणसे, गुणवान नेते आणि गुणी अधिकारी यांची गरज आहे. आता अशा माणसांची पदांवर नेमणूक कशी करायची?

४४. एपीजे अब्दुल कलाम, *टर्निंग पॉइन्ट*, हार्पर कॉलिन्स,२०१२, पृष्ठ २७

यावर स्वामींनी अगदी उत्स्फूर्तपणे मार्मिक उत्तर दिले, 'लोकांनी देवावर श्रद्धा ठेवायला हवी. कोणत्याही परिस्थितीत देवाचे जे काही असेल ते आज्ञाधारकपणे, निमूटपणे ऐकण्याची त्यांना सवय झालेली असते. आपण असे मानतो की, विधिलिखित टाळता येत नाही. नशिबात असेल ते कोणी नाकारूही शकत नाही किंवा बदलूही शकत नाही. त्यास विरोधही करू शकत नाही. तुम्ही सगळं काही देवाला समर्पित करा.' नंतर मी स्वामींशी याच विषयावर पुढे तासभर चर्चा केली.

आता माझ्या हे स्पष्टपणे लक्षात आले की, आपल्या शाळांमधून शैक्षणिक आणि वैज्ञानिक प्रशिक्षणाबरोबरच आध्यात्मिक शिक्षणही दिले पाहिजे. अगदी सुरुवातीपासून मुलांना जीवनात पाळावयाची मूल्ये शिकवली पाहिजेत. मगच ते पुढे गुणवान नागरिक बनतील. स्वामीजी म्हणाले, 'माणूस जोपर्यंत स्वत:मध्ये काही बदल करत नाही, तोपर्यंत देवही माणसात काही बदल करत नाही.'

प्रमुख स्वामीजी मला खूपच प्रेरणादायी ठरले. आमच्या पहिल्या भेटीनंतर मी त्यांच्याशी पत्रव्यवहार चालू केला. इतर अगणित लोकांप्रमणेच माझेही ते आध्यात्मिक गुरू, मित्र आणि मार्गदर्शक बनले.

'दैवी अगतिकता ही आध्यात्मिक जागृतीची सुरुवात आहे. कारण ती देवाला जाणून घेण्याची मनात इच्छा निर्माण करते.'[४५]

३० सप्टेंबर २००१ रोजी मी झारखंड येथील स्टेट सायन्स अॅण्ड टेक्नॉलॉजी मीटिंगसाठी रांचीवरून हेलिकॉप्टरमधून बोकारोला चाललो होतो. त्या वेळी ते हेलिकॉप्टर जोरात हलू लागले. हेलिकॉप्टरच्या पंख्याच्या एका पात्यामध्ये काहीतरी बिघाड झाल्याचे वैमानिकाने सांगितले. साधारण साडेचार वाजता बोकारो इथे उतरण्याआधी काहीच क्षण हेलिकॉप्टरचे इंजिन बंद पडले. शंभर मीटर अंतरावरून हेलिकॉप्टर प्रचंड वेगाने जमिनीच्या दिशेने झेपावले. सुदैवाने हेलिकॉप्टरमधील आम्ही सर्व जण सुखरूप राहिलो. मात्र, या गोष्टीचा सर्वांनाच धक्का बसला.

त्या रात्री मला एक सुस्पष्ट स्वप्न पडले. मी एका वाळवंटात होतो. आकाशात पूर्ण चंद्र आणि खालच्या रेतीवर त्याचा उजेड पडलेला. जिकडे बघावे तिकडे मैलोन्मैल चंदेरी रेती दिसत होती. माझ्याभोवती गोल करून पाच पुरुष उभे होते. मी ज्यांचा अत्यंत आदर करतो अशा त्या व्यक्ती म्हणजे राजा अशोक, खलीफ उमर, अल्बर्ट आइनस्टाइन आणि महात्मा गांधी. त्या प्रत्येकाने पुढे येऊन मला काही उपदेश केला.

दुसऱ्या दिवशी सकाळी, मी वर्तमानपत्रात वाचले की, माधवराव जिवाजीराव शिंदे आणि काही पत्रकार यांना घेऊन चाललेले विमान उत्तर प्रदेशातील मैनपुरीच्या बाहेरच्या बाजूला कोसळले. विमानातील सर्वांचा मृत्यू झाला होता. मला अतीव दु:ख झाले. पाठीच्या कण्यातून एक शिरशिरी गेली. बोकारोमध्ये हेलिकॉप्टरचे इंजिन काही क्षण आधी बंद पडले असते तर काय झाले असते? मी त्या अपघातातून वाचणे आणि मला स्वप्नात मिळालेले दैवी उपदेश यात काही दुवा असेल का?

---

४५. मेहेरबाबा (१८९४-१९६९) हे भारतीय आध्यात्मिक गुरू होते. १९२५पासून मेहेरबाबा यांनी अखेरपर्यंत शांततेचा पुरस्कार केला. डॉ. कलाम यांना मेहेरबाबांची, विश्व ही परमेश्वराची कल्पना आहे हे वर्णन आवडत असे. ते म्हणत, देव अस्तित्वात आहे आणि प्रत्येक आत्मा हा देवच आहे. परमेश्वराचे दिव्यत्व ज्याला जसे कळेल तशी त्याची देवाबद्दलची कल्पना असते.

प्रगत भारताचे स्वप्न प्रत्यक्षात उतरवण्यासाठी सज्जन माणसे, गुणवान नेते आणि गुणी अधिकारी यांची गरज आहे.

दिल्लीला परत आल्यावर मी पंतप्रधान अटल बिहारी वाजपेयी यांना भेटलो आणि सरकारी सेवेतून मला मुक्त करण्याची त्यांना विनंती केली. मी म्हणालो, 'सर, मी सूर्याभोवती ७० प्रदक्षिणा केल्या आहेत. मी आता माझ्या पदाचा राजीनामा देऊ का?' पंतप्रधान वाजपेयी यांनी मला यावर एक मंत्रिपद देऊ केले. पण मी ते नम्रतापूर्वक नाकारले. काही क्षण अस्वस्थ शांततेत गेले. दोघांकडूनही न बोलले गेलेले शब्द हवेत तरंगल्यासारखे वाटले. मग जराशाने पंतप्रधान म्हणाले, 'जैसी आप की मर्जी.'

नोव्हेंबर २००१मध्ये मी चेन्नईमधील अन्ना विद्यापीठातील माझ्या मातृसंस्थेच्या परिसरात राहायला गेलो. तिथे मी 'तंत्रज्ञान आणि सामाजिक परिवर्तन' या विषयावरील प्राध्यापक म्हणून माझे शैक्षणिक अध्यापनकार्य चालू केले. मी या शैक्षणिक आणि संशोधनाच्या कामात दंग होऊन गेलो. फार पूर्वीपासून मला हेच करायचे होते. पण माझ्या कार्यालयीन जबाबदाऱ्यांमुळे मला शिकवण्यासाठी कधी वेळच देता आला नाही. मग माझ्या लक्षात आले की, देवाने आध्यात्मिक ज्ञानी, कुशल आणि कष्टाळू तरुण तयार करण्याचे अतिशय महत्त्वाचे काम माझ्याकडून करून घेण्याचे योजले होते. हे काम काही फक्त वर्गात शिकवून होणार नव्हते. त्यासाठी त्यापलीकडे जाऊन बरेच काही करणे गरजेचे होते.

देशातील जास्तीत जास्त तरुणांपर्यंत पोहोचले पाहिजे हे मला कळून चुकले. देशभर प्रवास करून त्यांच्याशी प्रत्यक्ष संवाद साधला पाहिजे. भारतातल्या प्रत्येक बुद्धिमान तरुणामधील स्फुल्लिंग जागवले पाहिजे, हे माझ्या लक्षात आले. ११ एप्रिल २००२ रोजी मला गुजरातमधील आणंदमध्ये आनंदालय हायस्कूल येथे एका कार्यक्रमाचे निमंत्रण होते. आदल्या दिवशी संध्याकाळी मी अहमदाबादमध्ये पोहोचलो, तेव्हा तिथे कर्फ्यू लागलेला होता. पोलीस बंदोबस्तात मी आणंदला पोहोचलो. दुसऱ्या दिवशी माझ्या भाषणानंतर मी मुलांबरोबर अनौपचारिक गप्पा मारत होतो. एका मुलाने प्रश्न विचारला, 'आपला शत्रू कोण आहे?' मला लगेच उत्तर सुचले नाही. म्हणून मी तिथे असलेल्या इतर मुलांना तोच प्रश्न विचारला. काही वेळाने एक मुलगी म्हणाली, 'सर, आपला शत्रू गरिबी आहे.' तिच्या स्पष्ट उत्तराने मी अचंबित झालो. जणू सूर्याचा प्रखर प्रकाश काळे ढग चिरत बाहेर पडला.

पण आतून मला कळत होते की, भौतिक दारिद्र्यापेक्षा आध्यात्मिक दारिद्र्य जास्त वाईट. आपल्या आत्म्याकडे, आतल्या आवाजाकडे आपण करत असलेले दुर्लक्ष हा आपला खरा शत्रू आहे.

माझ्या आयुष्यातील पुढील सर्व काळ भारतातील मुलांशी प्रत्यक्ष संवाद साधण्यात घालवावा, असे माझ्या मनात होते. त्यांच्या मनात शिक्षणाची आस आणि आध्यात्मिक अस्तित्वाबद्दल स्फुल्लिंग चेतवणे ही माझी जबाबदारी आहे, असे मला वाटू लागले. माझ्या शिक्षकांकडून मला अशीच प्रेरणा मिळाली होती. पण असे होणार नव्हते. १० जून २००२ रोजी, अन्ना युनिव्हर्सिटीत असताना उपकुलपतींच्या कार्यालयातून मला निमंत्रण आले.

मी गोंधळलो. कारण बऱ्याच वर्षांत कोणत्याही सरकारी अधिकाऱ्याशी माझा संपर्क नव्हता. मी उपकुलपतींच्या कार्यालयात पोहोचलो, तेव्हा मला पंतप्रधान कार्यालयाशी फोन जोडून देण्यात आला. काही

मिनिटांत, पंतप्रधान अटलबिहारी वाजपेयी लाइनवर आले आणि म्हणाले, 'कलाम साहब, द नेशन नीड्स यू ॲज इट्स राष्ट्रपती.' मी पंतप्रधानांचे आभार मानले. त्यांच्या उदार प्रस्तावावर उत्तर देण्याआधी माझ्या कुटुंबियांशी चर्चा करण्यास एक तास देण्याची विनंती केली. वाजपेयीजी म्हणाले, 'चर्चा जरूर करा. पण मला 'हो' असेच उत्तर पाहिजे. नकार देऊ नका.'

'नैसर्गिकपणे गोष्टी घडणे हा त्यांचा धर्म आहे.'[४६]

१८ जून २००२ रोजी मी माझा उमेदवारी अर्ज संसदेत भरला. मला हे कागदपत्र भरण्यासाठी शुभ काळ कोणता आहे, असे विचारले गेले. मी सांगितले की, हे जग चालू आहे ते ज्योतिषशास्त्रामुळे नव्हे, तर खगोलशास्त्रामुळे चालू आहे. मी देशातील सर्वोच्च पद स्वीकारणार होतो; मात्र, तरीही इतकी वर्षे मी जसा काम करत जगत आलो तसेच इथून पुढेही करणार होतो. मी एक शास्त्रज्ञ म्हणूनच काम करत राहणार.

माझ्या धार्मिक आचारपद्धतींबद्दल निवडणूक प्रचारादरम्यान प्रश्न उद्‌भवणे अपरिहार्य होते. माझ्यात आणि माजी राष्ट्रपती झाकीर हुसेन आणि फक्रुद्दीन अली अहमद यांच्यात तुलना करणे चुकीचे होते. सामान्य मुस्लीम व्यक्तीप्रमाणे मी वागत नव्हतो. रामेश्वरम येथे जन्मलेला एक मुसलमान मनुष्य वीणा वाजवतो, भगवद्‌गीता वाचतो, यावर लोकांचा विश्वास बसत नव्हता.

भारतीय राजकारण मतपेट्यांवर अवलंबून आहे. माझ्या उमेदवारीने त्यातील मापदंडांना आव्हान दिले होते. तरीही, त्यात आश्चर्यकारक असे काही नव्हते. भारतीय समाज बहुविधतेने, वैविध्याने नटलेला आहे. काही टीकाकारांच्या लक्षात आले की, मला भारताच्या उच्च, प्राचीन धार्मिक आणि सांस्कृतिक वारशाबद्दल आस्था आहे. अशी आस्था इतर मुसलमानांमध्येही आढळून येते. एका पत्रकाराने लिहिले होते,

> 'भारतीय मुसलमान इतर कोणत्याही भारतीयाप्रमाणे त्याच्या गावाशी, राज्याशी हर प्रकारे जोडलेला असतो. कित्येक वर्षांच्या परंपरेत कलाम लहानाचे मोठे झाले आहेत. पण आपण डोळ्यांवर कातडे ओढून घेतलेले असल्याने हे विसरून गेलो आहे. जगात मुसलमानांची जी प्रतिमा उभी केली जाते आणि आपण आपल्या मनात जे ठरवतो, त्यामुळे त्यांना एकाच रंगात रंगवले जाते. कलामांना हिंदू ग्रंथांबद्दल जी माहिती आहे, त्याबद्दल बोलायचे तर चेन्नईचे न्यायाधीश इस्माईल हे कंबर रामायणाचे देशातील उत्तम व्यासंगी नव्हते का? आणि कलाम रामभक्त असले तरी अब्दुल रहीम खान-ए-खानाचे दशरथाच्या मुलाला समर्पित केलेले संस्कृत श्लोक अजून त्यांना वाचायचे आहेत.'[४७]

---

४६. आचार्य महाप्रज्ञा (१९२०-२०१०), जैन समाजातील श्वेतांबर तेरापंथाचे दहावे प्रमुख, यांनी डॉ. कलाम यांना सांगितले होते की, गोष्टी नैसर्गिकपणे घडणे हा त्यांचा धर्म आहे. कोणत्याही प्राणिमात्राला त्याच्या आवश्यक गुणधर्माकडे नेणारा, बांधून ठेवणारा असा नियम असतो. त्यामुळे त्याला आपल्यात जन्मतःच दैवी अंश असल्याचे लक्षात येते. त्यामुळे त्याला रोजच्या कंटाळवाण्या अस्तित्वाच्या जाचातून सोडवणूक करणे सोपे जाते. यातूनच पुढे तो परमानंदाच्या पातळीवर पोहोचतो.

४७. सईद नक्वी, *द इंडियन एक्सप्रेस*, २१ जून २००२

'जे आवश्यक आहे, ते करण्यास सुरुवात करा; मग जे शक्य आहे ते करा आणि अचानक तुम्ही अशक्य ते करण्याचा प्रयत्न करू लागता.' [४८]

अठरा जुलै २००२ रोजी मी भारताचा अकरावा राष्ट्रपती म्हणून निवडून आलो. प्रजातंत्रातील हा पहिला शास्त्रज्ञ, जो राष्ट्रपती झाला. मी ९० टक्के मताधिक्याने जिंकलो. राष्ट्रपतीचे कर्तव्य म्हणून मी सर्वप्रथम राजधानीच्या बाहेर गुजरात येणे जाण्याचे ठरवले.

गुजरातवर अलीकडेच दोन मोठ्या आपत्ती कोसळल्या होत्या. एक म्हणजे भूजमध्ये २६ जानेवारी २००१ रोजी भूकंप होऊन २०,००० लोक मृत्यू पावले. लाखो लोक जखमी झाले. त्यानंतर १३ महिन्यांनी गुजरातचा जो विध्वंस झाला, तो मात्र माणसानेच घडवून आणला होता.

जातीय दंगलींनी गुजरात कमजोर झाला. २७ फेब्रुवारी २००२ रोजी गोध्रामध्ये रेल्वेचे दोन डबे पेटवण्यात आले. आग विझवायला आलेल्या लोकांना संतप्त जमावाने तसा प्रयत्न करणेही अशक्य केले. या आगीत ५९ पुरुष, स्त्रिया व मुले मारली गेली. मग सुडाच्या भावनेने राज्याच्या अनेक भागात थैमान घातले. अनेक महिने परिस्थिती निवळू शकली नाही. लोकांना घरी परतायचा धीर होत नव्हता.

आपल्या सर्वधर्मीय विश्वासार्हतेबद्दल गुजरातच्या दंगलींमुळे प्रश्नचिन्ह निर्माण झाले. बहुसंख्याकांच्या सदिच्छेवर अल्पसंख्याक खरेच सुरक्षित राहतील का? या सदिच्छेचे अपयश दिल्ली व काश्मीर येथे आपल्याला नुकतेच १९८४ व १९९०मध्ये पाहावयास मिळाले नव्हते का?

जातीय दंगलींच्या आंधळ्या हिंसेचे मला नेहमीच भय वाटते. सर्वसाधारण माणसे आपला शहाणपणा सोडून देण्यास कशी काय प्रवृत्त होतात? निरपराध लहान मुले, स्त्रिया, पुरुष यांना ठार मारण्यात ते कसे काय आनंद मिळवू शकतात? अशा विकृत मनोवृत्तीच्या लोकांना देशात थारा असता कामा नये. चिथावणीखोर आणि जातीय हिंसा पसरवणाऱ्यांचा ठामपणे मुकाबला केला पाहिजे.

१० ऑगस्ट २००२ रोजी अहमदाबादजवळ असलेल्या सरदार वल्लभभाई पटेल इंटरनॅशनल एअरपोर्टवर मी पोहोचलो, तेव्हा नरेंद्र मोदीजी आणि त्यांचे सारे मंत्रीमंडळ माझ्या स्वागतास आलेले पाहून मला नवल वाटले. मी गुजरातच्या बारा विभागांना भेटी दिल्या—तीन मदत छावण्या आणि जास्त जीवितहानी झालेल्या नऊ दंगलग्रस्त भागांना आम्ही भेटी दिल्या. माझ्या संपूर्ण भेटीच्या काळात नरेंद्र मोदीजी सतत माझ्याबरोबर होते, ते मला विशेष साह्यकारी ठरले. लोकांनी दिलेल्या तक्रारी व दयेचे अर्ज यांवरून तातडीने कृती करण्याविषयी मला ज्या सूचना करावयाच्या होत्या त्या मला देता आल्या. मदत छावण्या आणि दंगलग्रस्त भागांना भेटी देऊन झाल्यावर मी शाहीबाग रोडवर असलेल्या BAPS श्री स्वामीनारायण मंदिर येथे गेलो आणि प्रमुख स्वामीजी यांना भेटलो. स्वामीजी म्हणाले,

आपला समाज कठीण काळातून जात आहे. तुमच्या म्हणण्यानुसार शांतता राखली पाहिजे. हजारो हिंदू आणि मुस्लीम बळी पडले आहेत. त्यांच्या दु:खावर योग्य उपाय केले गेले पाहिजेत. जीवन पवित्र आहे. शांती पवित्र आहे. राष्ट्रपतीजी आणि मुख्यमंत्रीजी यांना माझी विनंती आहे की, त्यांनी

४८. असिसीचे सेंट प्रान्सिस, बाराव्या शतकातील इटालिअन रोमन कॅथॉलिक महंत आणि उपदेशक.

मनाची शांती आणि एकता यांच्यासाठी काम करावे. देवाला माझी एवढी एकच कळकळीची विनंती आहे की, पुन्हा कोणत्याही व्यक्तीच्या, समाजाच्या, राज्याच्या किंवा देशाच्या जीवनात इतके क्रूर आणि दुर्दैवी दिवस कधीही येऊ नयेत. [४९]

आपल्यासारखीच हीदेखील माणसेच आहेत, असा आपण सहानुभूतीने आणि समजुतीने इतरांचा विचार केला तर अशा दंगलींचा आपण कल्पनेतसुद्धा विचार करू शकणार नाही.

राष्ट्रपती झाल्यावर सुरुवातीचे काही महिने सार्वजनिक समारंभ आणि बैठका यांमुळे झंझावाती गेले. गुजरातमधून परतल्यावर घडलेले दोन प्रसंग माझ्या वैयक्तिक कारणांमुळे माझ्या चांगले लक्षात आहेत. माझा वाढदिवस साजरा करण्याचे मी नेहमी टाळत आलो. आता मी एक सार्वजनिक व्यक्ती झाल्यापासून ते अवघड होत चालले होते. म्हणून मग मी त्या दिवशी राजधानीपासून दूर राहण्याचा उपाय शोधला. १५ ऑक्टोबर २००२ रोजी अरुणाचल प्रदेशातील तैवांगच्या युनियन टूरिझम मिनिस्ट्रीने बुद्ध महोत्सव समारंभासाठी मला निमंत्रण दिले व मी ते स्वीकारण्याचे ठरवले. गाल्डन नामग्बेल ल्हात्से या पवित्र बौद्ध मठाबद्दल मी बरेच ऐकले होते. आशियामधील महायाना सेक काळातील हे सगळ्यात मोठे लामासीरीज आहे. हे ठिकाण डोंगरावर होते. तवांग चु व्हॅली तिथून दिसत होती. हे ठिकाण समुद्रसपाटीपासून ११,००० फूट उंच आहे. अतिशय उंच ठिकाणी जायचे असल्याने, मी तिथे भारतीय हवाई दलाच्या हेलिकॉप्टरने ऑक्सिजन मास्क लावून गेलो.

त्या आकर्षक रंगीत देवळात मी प्रार्थना केली आणि रिंपोचेंना (मुख्य लामांचे तिथले स्थानिक नाव) भेटलो. मी रिंपोचेंना विचारले, ‘‘मी परत जाताना भारतातल्या जनतेसाठी काय सल्ला घेऊन जाऊ?’’

‘‘हिंसा दूर ठेवा.’’ रिंपोचे उत्तरले.

‘‘हे मी कसं करू शकतो?’’

‘‘तुमचा अहंकार विसरून तुम्ही उदार झालात, तर हे शक्य आहे. स्वार्थाच्या मुळाशी अहंकार आहे आणि त्यातून सारी हिंसा उद्भवते.’’

‘‘पण हे मी कसं करू शकेन? आम्ही आमच्या अहंकाराचे नियमन कसे करावे?’’

‘‘मी आणि माझे विसरण्यास शिका.’’

या निखालस खऱ्या, साध्या आणि लहानशा उत्तराने माझे समाधान झाले. रिंपोचेंच्या तेजस्वी सुस्पष्ट शब्दांच्या प्रकाशात मानवी नात्यांच्या त्रासाचे मूळ मी पाहू शकत होतो.

पाच नोव्हेंबर २००२ रोजी रमझानचा पवित्र महिना सुरू झाला. दिल्लीतल्या प्रथेनुसार राष्ट्रपती, पंतप्रधान, राजकीय पुढारी, परराष्ट्र वकील, उद्योगपती अशी सर्व महत्त्वाची मंडळी इफ्तार पार्टीस उपस्थित राहत असत. सूर्यास्ताच्या वेळी मुसलमान त्यांचा उपवास सोडतात. ते जेवण या पार्टीमध्ये दिले जात असे. सर्वधर्मीय लोक या मेजवान्यांना उपस्थित राहत. त्या दिवशी पुष्कळ जण आधीच चांगले जेवून आलेले असत. या मेजवानीस कोण उपस्थित राहिले यांची यादी प्रसिद्ध होत असे. काही कारणामुळे जे या

४९. अरुण तिवारींसह एपीजे अब्दुल कलाम, *ट्रान्सेण्डांसी*, हार्पर कॉलिन्स,२०१५, पृष्ठ ११

मेजवानीस येत नसत, त्यांचीसुद्धा बातमी दिली जात असे. या इफ्तार मेजवानीभोवती राजकीय विश्लेषणे आणि खलबते, भावी संघटन अशा गोष्टी फिरत असत. या मेजवान्यांमधले अन्न मात्र उत्तम प्रतीचे असे.

नवीन राष्ट्रपतींकडून चांगल्या भल्यामोठ्या शानदार पार्टींची अपेक्षा होती. पण आपल्या देशात अनेकजण भुकेले असताना मी मात्र अशी मेजवानी द्यावी, हे मला पटत नव्हते. आधीच पोटे भरलेल्यांसाठी मी मेजवानी का आयोजित करावी, असे मी माझे सचिव पी. एम. नायर यांना विचारले. इफ्तार पार्टीसाठी एकूण किती खर्च येईल, ते मी नायर यांना काढायला सांगितले. त्यांनी बावीस लाखाचा अंदाज सांगितला. मी नायर यांना सांगितले की, काही थोड्या अनाथाश्रमांना या पैशातून अन्न, कपडे आणि ब्लँकेट्स द्यावीत. राष्ट्रपती भवनच्या कर्मचाऱ्यांची त्यांनी या कामी मदत घ्यावी असे मी सुचवले. या रकमेत माझ्याकडील स्वतःची थोडी रक्कम भर घालण्याखेरीज आता यात माझे काही काम उरले नाही.

त्या दिवशी रात्री मला माझ्या वडिलांचा आवाज कानी आला, ‘धर्मापेक्षा स्वतःच्या सुखास तुम्ही प्राधान्य देता, स्वतःच्या आवडीपेक्षा, तुमची भौतिक आवड तुम्ही पुरवता आणि जेव्हा निर्मात्यापेक्षा प्राणिमात्रास महत्त्व देता, तेव्हा तुमचा विनाश होतो. हाच सल्ला इथून पुढे पाळ आणि तोच तुझ्या उपयोगी पडेल.’

हे जग एक शेत आहे. त्याची पेरणी हृदयात व्हायला हवी. देवावरील श्रद्धा हे बीज आहे. त्याला सत्कृत्यांनी कष्टपूर्वक जोपासले पाहिजे. तुमचे हृदय नाजूक, भावनाशील आणि दयाळू असेल तर तुम्हांला त्याची चांगली फळे मिळतील; पण जर हे हृदय कठोर आणि क्षमाशील नसेल तर तुमच्या नशिबी सोसणेच येईल.

❑

९ पुनरुज्जीवित माणूस

'आपण सर्व जण या विश्वाचा एक भाग आहोत आणि म्हणून सारे समान आहोत. ईश्वराचा स्पर्श आणि हालचाली, सूचना आणि इच्छा सगळ्या समानच आहेत. त्याला एकासारखाच दुसरा हवा आहे. त्याचा स्पर्श, त्याच्या सूचना किंवा इशारे आणि त्याचे वरदान हे ज्या प्रकारे दुसऱ्यापर्यंत पोहोचते तिथे असमानता आहे.'[५०]

२००३मध्ये जैन साधूंचा एक गट मला राष्ट्रपती भवनमध्ये भेटला. ते २० किलोमीटरपेक्षा जास्त अंतर अनवाणी चालत आले होते. त्यांनी *फाइंडिंग युवर स्पिरिच्युअल सेंटर* या पुस्तकाची पहिली प्रत मला भेट दिली. जैन धर्मातील श्वेतांबर तेरापंथचे दहावे प्रमुख आचार्य महाप्रज्ञा यांच्या शिकवणुकीचे त्यात संकलन केलेले होते. त्यांनी निष्ठेतून मिळवलेली सहनशीलता आणि निग्रह पाहून मी चकित झालो. एवढ्या लांब पायपीट झाल्यावर ते केवळ लिंबूपाणी घेत होते.

चार नोव्हेंबर १९९९ रोजी मी पहिल्यांदा आचार्य महाप्रज्ञा यांना भेटलो. आचार्य महाप्रज्ञा म्हणाले, 'कलामसाहेब, मी तुमचे व तुमच्या टीमचे शुभ चिंतितो. शत्रूने आपल्या देशावर हल्ला करू नये म्हणून तुम्ही अणुबॉंब बनवलात. अहिंसा परमो धर्मः, धर्म हिंसा तथैव च. सर्व प्रामाणिक हिंसा आणि अहिंसा हा सगळ्यात मोठा धर्म आहे. पण माझ्याकडे तुमच्यासाठी दुसरे एक कार्य आहे. अशी एखादी यंत्रणा शोधून काढा, की ज्यामुळे अणुबॉंबचा काही संबंधच राहणार नाही. अणुबॉंब निरर्थक आणि परिणामशून्य ठरेल.'

आचार्य महाप्रज्ञा यांच्या या अर्थपूर्ण विधानाने मला माणसाच्या हिंसा करण्याच्या क्षमतेबद्दल गंभीरपणे विचार करण्यास भाग पाडले. प्रचंड मोठी हानी करणाऱ्या शस्त्रास्त्रांचा विचार मनात येतो तेव्हा खरोखर मती गुंग होते. भारत हा अणुबॉंबधारक देशांच्या पंगतीत उशिरा आला. शिवाय, आपल्याकडचा हा साठाही कमी होता. परंतु जगातील बलवान देशांकडे मोठ्या प्रमाणात अणुबॉंबचे साठे होते. आज जगात साधारणपणे २०,५०० अणुबॉंब वॉरहेड्स आहेत. या साठ्याची साधारण ताकद ३३,५०० किलो आहे असे धरले तरी पृथ्वीचा संपूर्ण पृष्ठभाग नष्ट होईल.

---

५०. ए.पी.जे. अब्दुल कलाम, *स्क्वेअरिंग द सर्कल : संव्हन स्टेप्स टू इंडियन रनेसन्स*, युनिव्हर्सिटी प्रेस, २०१३, पृष्ठ ८.

माणसाचा हिंसेकडे असणारा कल नाउमेद करणारा आहे. हा फक्त शस्त्रास्त्रांचा प्रश्न आहे असे नाही, या हिंसेचे स्वरूप तुम्ही अगदी घरगुती हिंसाचारातही पाहू शकता. रस्त्यांवर किंवा प्रसारमाध्यमांमध्येही ही हिंसा व्यक्त होत असते. मी असा निष्कर्ष काढला की, माणसाच्या हृदयातून हिंसा नाहीशी झाली तरच अणुबाँब असंबद्ध, निरर्थक आणि परिणामशून्य होऊ शकेल.

कन्फ्युशिअसच्या माझ्या आवडत्या कवितांपैकी एक कडवे मला इथे सांगायला हवे. मी ते नेहमी माझ्या राष्ट्रपतिपदाच्या काळात उद्‌धृत करत असे :

हृदयात जिथे प्रामाणिकपणा आहे, त्याच चारित्र्यामध्ये सौंदर्य असते
चारित्र्यामध्ये जेव्हा सौंदर्य असते, तेव्हा त्या घरात एकोपा नांदत असतो
जेव्हा घरात एकोपा असतो, तेव्हा देशांमध्ये सुव्यवस्था असते
देशांत जर सुव्यवस्था असेल तर जगामध्ये शांतता नांदत असते

अणुबाँबला असंबद्ध, निरर्थक आणि परिणामशून्य करायचे असेल तर त्यासाठी हे स्पष्टपणे केलेले मार्गदर्शन आहे. हृदयात प्रामाणिकपणा कसा वसेल, हे मात्र या काव्यपंक्तीत कनफ्युशिअसने सांगितलेले नाही.

आचार्य महाप्रज्ञा आणि मी आमचा दोघांचाही असा विश्वास होता की, नैतिक पाया किंवा आपली सदसद्‌विवेकबुद्धी ही कुटुंबामध्येच असते. नीतिमूल्ये आणि प्रामाणिकपणा यांचे जन्मस्थान सदसद्‌विवेकबुद्धीमध्ये असते. *फॅमिली अ‍ॅण्ड द नेशन* या आमच्या पुस्तकात, आचार्य महाप्रज्ञा आणि मी, आम्ही दोघांनी स्वत:विषयी जागरूक असण्याच्या प्रक्रियेवर भर दिला आहे. यामुळे तुम्ही तुमच्या सदसद्‌विवेकबुद्धीशी जोडले जाता आणि ती जे सांगेल तशीच कृती करता.

आम्ही दोघांनी एकत्र काम करून एक शक्तिमान आध्यात्मिक अनुयायांचा संघ विकसित केला. जैन मुनी रायचंदभाई रावजीभाई मेहता आणि महात्मा गांधी यांच्यासारखाच हा संघ होता, असे म्हणायला हरकत नाही. आचार्य महाप्रज्ञा आणि मी, आम्हा दोघांचाही असा विश्वास होता की, आध्यात्मिक तत्त्वेच प्रत्येकाच्या रोजच्या जीवनात ठसा उमटवतील. आमची दोघांचीही अशी इच्छा होती की, जगातल्या गोष्टींबाबत यातून काहीतरी करता यावे.

'देवदूत त्याच्या ज्ञानामुळे मुक्त असतो. जनावर त्याच्या अज्ञानामुळे मुक्त असतो. या दोहोंमध्ये मानवाचा पुत्रे मात्र झगडत राहतो.'[५१]

आचार्य महाप्रज्ञा आणि मी, आम्ही एकमेकांच्या सहकार्याने १५ ऑक्टोबर २००३ या दिवशी सूरत येथे एक आंतरधर्मीय संमेलन भरवले. भारतातील सर्व मोठ्या धर्मांचे प्रमुख तिथे एकत्र जमले. त्यांनी समान तत्त्वांबद्दल चर्चा केली आणि परस्परांवरील विश्वासाने सहकार्य करण्याच्या कल्पना एकमेकांना सांगितल्या. हिंदू, बौद्ध, ख्रिश्चन, जैन, इस्लाम, शीख, ज्युडाइझम आणि झोरोॲस्ट्रिअन धर्म तसेच काही धर्मांच्या विविध उपशाखांचे प्रतिनिधी या महत्त्वपूर्ण कार्यक्रमासाठी एका व्यासपीठावरील भेटले.

---

५१. रुमी (१२०७-१२७३) हा पर्शिअन कवी आणि सूफी गूढवादी होता. डॉ. कलाम यांनी सूफीच्या जवळजवळ सर्व अनुवादित कविता अभ्यासल्या होत्या. त्यांच्या व्याख्यानांमध्ये ते अनेकदा त्याचा उल्लेख करत.

नैतिक पाया किंवा आपली सदसद्विवेकबुद्धी ही कुटुंबामध्येच असते. नीतिमूल्ये आणि प्रामाणिकपणा यांचे जन्मस्थान सदसद्विवेकबुद्धीमध्ये असते.

यातून झालेले परिणाम उत्साहवर्धक होते. पंधरा महत्त्वाचे पुढारी या संमेलनास उपस्थित होते. प्रत्येकाच्या धर्माचे स्वरूप आणि निष्ठा यांमध्ये त्यांना काही विरोधाभास आढळले असतील; पण पुष्कळशा गोष्टी समान होत्या. वैश्विक आध्यात्मिक मूल्यांशी बांधिलकी सगळ्यांचीच होती. स्वत:च्या धर्माच्या शिकवणुकीपलीकडे जाऊन दुसऱ्यांच्या धर्मात शिकवली जाणारी सत्ये स्वीकारण्यास ते तयार होते. एखाद्या समान चांगल्या कार्यासाठी इतर धर्मातील भारतीयांचे मन वळवण्यासाठी ते त्यांना भेटायलाही तयार होते.

मला असे वाटले की, राष्ट्रपती म्हणून परस्परांवरील विश्वास व एकोपा वाढवण्याची माझी भूमिका असायला हवी. सुदैवाने पंबन बेटावरच्या भिन्नधर्मीय समाजात माझे बालपण गेल्यामुळे मला हे काही अवघड नव्हते. मी नेहमी ख्रिश्चन चर्चना आणि हिंदू देवळांना भेटी देत असे आणि धर्माचा विचार मनात न आणता त्या प्रार्थनास्थळांचा आनंद घेत असे. एक मुसलमान राष्ट्रपती म्हणून ही सवय मोठीच अर्थपूर्ण होती.

श्री व्यंकटेश्वरा विद्यापीठाचा सुवर्णमहोत्सव साजरा करण्याच्या समारंभात सामील होण्यासाठी २० नोव्हेंबर २००३ रोजी मी तिरुपतीला भेट दिली. दुपारी मी व्यंकटेश्वरा स्वामी मंदिरात गेलो. हे देऊळ वेंकटाद्री येथील तिरुमला पर्वतरांगांमधील सातव्या रांगेतील शिखरावर वसले होते. वैदिक मंत्रांचे सुस्वर पठण देवळाच्या पुजाऱ्यांकडून केले जात होते. त्यांच्या पारंपरिक संगीतामध्ये मी सहभागी झालो. पारंपरिक इस्ती कपाल हा देवळाचा मान मला तिथे मिळाला.

मंदिरातील मूर्तीसमोर मी उभा राहिलो आणि भक्तिभावाने नमस्कार केला. देवळाच्या परिसरात रंगानयकुल मंडपात तेथील पुजाऱ्यांकडून मंत्रोच्चार करून वेदाशीर्वचन दिले गेले. मी त्यांना अशी विनंती केली की, आपला देश व देशवासीयांसाठीही त्यांनी असेच आशीर्वचन द्यावे. हे ऐकून ते चकित झाले. मी खाली जमिनीवर बसलो आणि त्यांनी द्रोणात दिलेला प्रसाद मी खाल्ला. ते बघून पुजाऱ्यांच्या डोळ्यांतून अश्रू वाहू लागले.

'जे दूरवर जाण्याची जोखीम घेतात त्यांना किती लांब जाता येते हे कळण्याची शक्यता असते.'[५२]

अशा प्रकारच्या उत्साहवर्धक आध्यात्मिक प्रसंगांबरोबरच, राष्ट्रपती आणि लष्करी दलाचा सुप्रीम कमांडर म्हणून लष्कराच्या विशेष प्रसंगी मला हजर राहण्याचा मान मिळत असे. परेड्सही पाहायला मिळत.

---

५२. टी. एस. इलिअट (१८८८-१९६५), विसाव्या शतकातील उत्तम कवींपैकी एक. त्यांना १९४८मध्ये लिटरेचरमधले नोबेल प्राइज मिळाले होते. फोर क्वार्टर्स नावाचे इलिअटचे पुस्तकडॉ. कलाम यांच्या लायब्ररीत होते. त्यांनी मला त्या पुस्तकाबद्दल सांगितले होते की, माणसाचे काळाशी, विश्वाशी आणि आताचा काळ यांच्याशी काय नाते आहे ते यात लिहिले होते.

२५ एप्रिल २००४ या दिवशी भारतीय नाविक दलाचे तीन शिडांचे जहाज[५३], आयएनएस तरंगिणी, जगाभोवती ऐतिहासिक जलप्रवास करून, सदर्न नेव्हल कमांड या त्याच्या मूळ ठिकाणी परतले. कोची नेव्हल बेसवर दक्षिण धक्क्यावर झालेल्या समारंभात मी या जहाजाचे मोठ्या थाटामाटात स्वागत केले. ३००० नाविक मैलांचा प्रवास करण्यास कोलंबसला आठ महिने लागले. आयएनएस तरंगिणीने ३५,४५४ नाविक मैलांचे (६५,६६१ किलोमीटर) अंतर १५ महिन्यांत कापले आणि १८ देशांतील सदतीस बंदरांना भेटी दिल्या.

आयएनएस तरंगिनी या नौकेतून एवढे प्रचंड अंतर पार केलेल्या विजयी वीरांचे अभिनंदन करून मी म्हणालो, ‘कोलंबसने त्याच्या सागरी मोहिमेतून एका नवीन भूप्रदेशाचा शोध लावला. उलटपक्षी, तुम्ही सर्व खंडांना भेटी देऊन तेथील लोकांची मने जिंकली. समुद्रच तुमचा वर्ग होता आणि निसर्गातील घटक तुमचे शिक्षक.

समुद्रसफरीत असे प्रावीण्य मिळवणे हा आपल्या देशासाठी मोठाच धडा होता. इतिहासात मध्य आशियातील राजे आणि योद्धे यांच्याकडून भारताच्या उत्तर प्रदेशावर अनेक आक्रमणे झाली. या आक्रमणांमुळे आपल्या समाजाचे विणलेले वस्त्र विसकटून गेले आणि समाजाला फार सहन करायला लागले. पण ही पाठोपाठ झालेली सर्व आक्रमणे मुख्यत: समुद्रमार्गानेच झाली. सुरुवातीस व्यापाराचे निमित्त असे आणि मग ते भूप्रदेशावर ताबा मिळवत. यातून भारतास मोठ्या अवहेलनेस सामोरे जावे लागले.

पश्चिम किनाऱ्यावरून पोर्तुगीजांनी १४९८मध्ये भारतात प्रवेश केला आणि गोव्यातील प्रदेशावर दीर्घ काळ पाय रोवून उभे राहिले. त्यानंतर सोळाव्या शतकात डॅनिश आणि फ्रेंच सेनादले थरंगांबडी आणि पाँडेचरी या भागात आले. सतराव्या शतकात समुद्रातून ब्रिटिशांनी भारतात प्रवेश केला आणि त्यांनी व्यापारी कंपनी स्थापन केली. ते पोर्तुगीज, फ्रेंच आणि डॅनिश यांपेक्षा वरचढ ठरले आणि भारतावर त्यांनी अडीचशेपेक्षा जास्त वर्षे राज्य केले. समुद्री ताकदीकडे दुर्लक्ष झाल्यामुळे ब्रिटिशांच्या अमलाखाली भारताला राहावे लागले.

आपले आधुनिक, सुसज्ज नौदल आता पुन्हा इतिहासातील चुकीची पुनरावृत्ती होऊ देणार नाही आणि सागरी सुरक्षितता कसोशीने पाळली जाईल.

माझ्या राष्ट्रपतिपदाच्या काळात भारत पुन्हा वाहतुकीच्या क्षेत्रात आपले प्राचीन वैभव मिळवत होता. ब्रिटिशांच्या आगमनापूर्वी रस्ते आणि व्यापार यांच्या जोरावर भारत हा जगाचे नेतृत्व करत होता. जागतिक उत्पन्नापैकी भारतीय उपखंडाचे उत्पन्न एक-चतुर्थांश होते. ख्रिस्तपूर्व तिसऱ्या शतकात मौर्य राज्यकर्त्यांनी २,६०० किलोमीटर इतका लांब मार्ग बांधून तक्षशीला आणि पाटलीपुत्र (आताचे पाटणा) जोडले होते. हा रस्ता आठ टप्प्यांमध्ये बांधला गेला. कॉमन इराच्या पहिल्या शतकात भारताकडे उत्तम तऱ्हेने बांधलेले रस्त्यांचे जाळे असल्यामुळे जगातील एक-तृतियांश उत्पन्न भारताचे होते.

शेर शाह सुरी हा मोगल राज्यकर्ता १५४० ते १५४५ या काळात सत्तेवर होता. त्याने मौर्य सत्तेत गांगेटिक प्लेनजवळून बांधलेला रस्ता पश्चिमेकडील काबूलपर्यंत वाढवला व पूर्वेकडे चितगावपर्यंत नेला. पुढे ब्रिटिशांनी हा रस्ता सुधारला व त्यास ग्रँड ट्रंक (जीटी) रोड असे नाव दिले.

---

५३. बार्क ही एक युद्धनौका असून तिच्यामध्ये कमीत कमी ३ मास्ट्स असतात. पैकी एक मेनमास्ट असतो, दुसरा फोरमास्ट स्क्वेअर रिग्ड आणि तिसरा युद्धनौकेच्या अ‍ॅफ्ट किंवा रिअरजवळचा सर्वांत लहान मिझन मास्ट.

ब्रिटिशांच्या काळात भारतामध्ये वाहतुकीची व्यवस्था मोठ्या प्रमाणात विस्तार पावली. १९२०च्या सुमारास भारताचे रेल्वेजाळे जगातील चौथ्या क्रमांकावर होते. मॅकॅडमाइज्ड[५४] रस्ते गावांपर्यंत जोडले गेले. ब्रिटिशांच्या व्यापारासाठी हे रस्ते व रेल्वेमार्ग बांधण्यात आले. त्याचा खर्च मात्र अवाजवी रीत्या भारतीय करदात्यांकडून वसूल केला गेला. अर्थात रेल्वेमार्गांचे आणि रस्त्यांचे जाळे यांमुळे भारतास आधुनिक आकार देण्यास मदत झाली, हे नाकारता येणार नाही.

देशास स्वातंत्र्य मिळाले तेव्हा भारत अडीच शतकांच्या वसाहतवादी शोषणामुळे खिळखिळा झालेला होता. भारताचा जागतिक उत्पन्नातील वाटा केवळ चार टक्के राहिला होता. देशाच्या नेत्यांनी समाजवादी धोरण अवलंबले. त्यामुळे केंद्रीय नियोजन आणि राज्याच्या मालकीच्या उद्योगांना अनुकूलता मिळाली. व्यापार आणि रस्तेबांधणी यांकडे दुर्लक्ष झाले. स्वातंत्र्यानंतरच्या पहिल्या ५० वर्षांत ५०० किलोमीटरपेक्षाही कमी महामार्ग बांधले गेले.

वाजपेयी पंतप्रधान झाल्यावर ही परिस्थिती झपाट्याने बदलली. ऑक्टोबर १९९९मध्ये त्यांनी पंतप्रधानपदाची सूत्रे हाती घेतल्यावर त्यांनी जे महत्त्वाचे निर्णय जाहीर केले, त्यातली एक होता, ६,००० किलोमीटर लांबीचा महामार्ग प्रकल्प. त्याला त्यांनी 'सुवर्ण चतुष्कोण' असे नाव दिले. या प्रकल्पामध्ये भारतातील बरीच महत्त्वाची औद्योगिक, कृषी आणि सांस्कृतिक केंद्रे जोडली जाणार होती. भारताची मुंबई, दिल्ली, कोलकाता आणि चेन्नई ही चार महानगरे लांब आणि आधुनिक महामार्गांनी जोडली जाणार होती. पुढील पाच वर्षांत जवळजवळ २५,००० किलोमीटर राष्ट्रीय महामार्ग बांधले गेले. देशाच्या प्रगतीसाठी याचा चांगलाच फायदा झाला. मला असे वाटते की, अलीकडील काळातील आपल्या विशाल देशातील अर्थव्यवस्था एकसंध राहण्यासाठीचा हा पहिला प्रामाणिक प्रयत्न होता.

> *'लोकांना अगदी कमी माहीत असतो, तो नेता सर्वोत्कृष्ट असतो. जेव्हा त्याचे काम होते, ध्येय साध्य होते, तेव्हा लोक म्हणतात, हे आमचे आम्ही केले.'*[५५]

नेते येतात आणि जातात. देश आणि देशातले लोक टिकून राहतात. २२ मे २००४ रोजी मी राष्ट्रपती भवनच्या अशोक हॉलमध्ये भारताचे पंतप्रधान डॉ. मनमोहन सिंग यांना कार्यालयाची आणि गुप्ततेची शपथ दिली. डॉ. मनमोहन सिंग यांच्याकडे जेवढी मानपत्रे होती, तेवढी भारतातील या पूर्वीच्या कुठल्याही पंतप्रधानांकडे नव्हती. राजकारणाच्या क्षेत्रात त्यांना राज्यसभेतील विरोधी नेता म्हणून अनुभव होता. १९९०च्या दशकात ते अर्थमंत्री होते. सरकारातील असे क्वचितच कुठले पद असेल जिथे त्यांनी तज्ज्ञ म्हणून काम केले नाही. युनिव्हर्सिटी ग्रॅन्ट्स कमिशनचे डॉ. मनमोहन सिंग चेअरमन होते. पंतप्रधानांचे ते सल्लागार होते. रिझर्व बँक ऑफ इंडियाचे गव्हर्नर म्हणूनही त्यांनी काम केले. प्लॅनिंग कमिशनचे ते डेप्युटी चेअरमन आणि मुख्य आर्थिक सल्लागार होते. भारत सरकारच्या पद्धतीप्रमाणे मी पंतप्रधान सिंग यांच्याशी उत्तम संबंध विकसित केले.

---

५४. मॅकॅडमचा संबंध रस्त्यांच्या प्रकाराशी आहे. एकोणिसाव्या शतकाच्या मध्यास स्कॉटिश इंजिनिअर जॉन लूडन मॅकॅडम याने हा प्रकार लोकप्रिय केला. डांबरी सडक ही पद्धत आजही वापरले जाते.

५५. लाओ त्झु. संदर्भ १९ पाहा.

> **ब्रिटिशांच्या आगमनापूर्वी रस्ते आणि व्यापार यांच्या जोरावर भारत हा जगाचे नेतृत्व करत होता. जागतिक उत्पन्नापैकी भारतीय उपखंडाचे उत्पन्न एक-चतुर्थांश होते.**

नवीन शतकात भारत आंतरराष्ट्रीय क्षेत्रात इतरांना मागे टाकत होता. पंतप्रधान डॉ. मनमोहन सिंग यांच्या यूपीए सरकारची निवडणूक झाल्यावर थोड्याच महिन्यांनी १६ सप्टेंबर २००४ रोजी मी पॅन-आफ्रिकन संसदेच्या पहिल्या अधिवेशनास उपस्थित राहिलो. तिथे मी असे जाहीर केले की, आफ्रिकन युनियनच्या सर्व ५३ देशांना उपग्रहाद्वारे जोडण्यास भारताचा पाठिंबा राहील. दूरशिक्षण, टेलिमेडिसिन, इंटरनेट आणि व्हिडिओकॉन्फरन्सिंग (मुख्यतः राजकीय संपर्क (व्हीव्हीआयपी) आणि व्हीओआयपी (व्हॉइस ओव्हर इंटरनेट प्रोटोकोल सर्व्हिसेस) सेवा) यांमध्ये परिणामकारक संपर्क साधण्याच्या दृष्टीने फायबर ऑप्टिक नेटवर्क पुरवण्यास आमची मदत राहील. या नेटवर्कमुळे इ-गव्हर्नन्स, इ-कॉमर्स, इनफोटेनमेंट, रिसोर्स मॅपिंग आणि हवामान शास्त्र याबद्दलच्या सेवा पुरवता येतील. दीडशे दशलक्ष डॉलर्सची मदत या प्रकल्पासाठी भारताने देण्याची तयारी दर्शवली. तसेच डॉक्टर आणि परिचारिका यांना शिक्षण देऊन त्यांची क्षमता वाढवण्याची जबाबदारी भारताने घेतली.

१९६० या दशकाच्या सुरुवातीस अवकाशप्रवासातील देशांनी ज्या प्रकारे भारतास मदत केली तशीच मदत करून एक विश्वासू सल्लागार बनण्याचा भारताचा प्रयत्न होता. काही दशकांपूर्वी इतर देशांनी भारतास जे देऊ केले तसेच आता भारतही तंत्रज्ञानविषयक ज्ञान देऊन इतर देशांना त्याचा लाभ देऊ करत होता.

आफ्रिकेत असताना माझ्या आदर्शांपैकी एका नायक व विसाव्या शतकातील थोर राष्ट्रपुरुष नेल्सन मंडेला यांना भेटण्याची मी संधी घेतली. जोहान्सबर्ग येथील घरी मी त्यांना भेटलो तेव्हा ते मला अगदी आनंदी आणि क्रियाशील वाटले. कणखर, पण मृदू अशा माणसाच्या सान्निध्यात मी हर्षभरित झालो. वर्णद्वेषाच्या जुलमातून मुक्त करणारा दक्षिण आफ्रिकेचा हा थोर नेता होता. नेल्सन मंडेला यांचे आदर्श नेता होते गांधी! महात्मा गांधींच्या अहिंसेच्या तत्त्वाने मंडेलांना प्रभावित केले होते. वर्णद्वेषाकडून लोकशाहीकडे वाटचाल करताना १९९०च्या दशकातील त्यांच्या चळवळीची हीच आधारभूत कल्पना होती. त्यांची भेट घेऊन मी निघालो, तेव्हा श्री. मंडेला माझ्याबरोबर बाहेरपर्यंत चालत आले. चालत असताना त्यांनी हातातली काठी बाजूला ठेवली आणि माझ्या आधाराने ते चालू लागले. मी त्यांचा हात धरलेला असताना त्यांना विचारले की, ''वर्णद्वेषाविरुद्ध लढण्याच्या चळवळीतील दक्षिण आफ्रिकेतील तुमचे अध्वर्यू कोण होते?'' ते उत्तरले, ''अर्थातच महात्मा गांधी हेही एक होते. भारताने आमच्याकडे एक प्रामाणिक बॅरिस्टर पाठवला. आणि आम्ही तुम्हांला महात्मा गांधी पाठवून दिले.''

नेल्सन मंडेला यांची भेट घेतल्यानंतर मी डर्बनला गेलो. आणि मग तिथून १०५ किलोमीटर अंतरावर असलेल्या पीटरमॅरिट्झबर्ग इथे भेट दिली. जिथे महात्मांचा जन्म झाला, ते हे साउथ आफ्रिकामधले गाव होते. याच पीटरमॅरिट्झबर्ग रेल्वेस्टेशनवर तरुण वकील मोहनदास करमचंद गांधी ७ जून १८९३ला कडाक्याच्या थंडीत रात्री कुडकुडत बसला होता. फर्स्ट क्लासचे तिकीट जवळ असतानाही त्याला तिथून उठण्यास सांगितले तेव्हा या तरुणाने जागा सोडण्यास नकार दिला. हमाल आणि गौरेतर लोकांना फर्स्ट क्लासमध्ये

बसण्यास मनाई आहे, असे रेल्वे ऑफिसर्सनी त्याला सांगितले. रेल्वेतून त्याचे सामान खाली फेकून देण्यात आले आणि त्याला अवमानकारक रीत्या गाडीतून उतरवण्यात आले. इतिहासातील महान स्वातंत्र्ययोद्ध्यास हा अपमान झोंबला आणि तो पेटून उठला.

पीटरमॅरिट्झबर्गमधल्या त्या अतिथंड वातावरणात गांधी थांबलेले असताना स्वदेशी लोकांवर ओढवलेल्या परिस्थितीचा त्यांच्या मनावर खोलवर परिणाम झाला. या घोर अन्यायामुळे गांधींच्या जीवनास एक वेगळे वळण लागले. गांधींनी तिथल्या तिथे निर्णय घेतला की, साउथ आफ्रिकेमधेच दबलेल्या भारतीय रहिवाशांच्या हक्कासाठी लढा द्यायचा. ९ जानेवारी १९५५ला ते जेव्हा भारतात परतले, तेव्हा ते एक उत्तम स्वातंत्र्ययोद्धा बनले होते. महात्मा म्हणून ते देशाच्या स्वातंत्र्यासाठी नेतृत्व करण्यास तयार झाले होते.

गांधीजींच्या प्रवासाची कल्पना येण्यासाठी मी एकोणिसाव्या शतकात वाफेचे इंजिन असलेल्या आगगाडीतून पेनट्रिच स्टेशन ते पीटरमॅरिट्झबर्ग असा प्रवास केला. मला असे वाटले की, प्रत्येकाच्या आयुष्यात गांधींसारखाच असा एखादा प्रसंग येऊ शकतो. अशा वेळी तुम्ही संघर्ष करण्यास उभे ठाकता. इतकेच नव्हे, तर आणखी मोठे आदर्श आणि कर्तृत्व यांच्याकडे तुम्ही ओढले जाता. ऐन थंडीत अवहेलनेचे दुःख गांधींना त्या वेळी सहन करावे लागले. पीटरमॅरिट्झबर्गच्या थंडीत कुडकुडत बसावे लागले, हा प्रसंग त्या वेळी त्यांना फार वेदनादायी वाटला असेल. पण एका परीने तोच उपकारक ठरला. डेहराडूनच्या परीक्षेत हवाईदलामध्ये पायलट म्हणून प्रवेश मिळण्यास मला अपात्र ठरवले तेव्हाही मला असेच दुःख झाले होते.

जे निश्चयाने दीर्घकालीन प्रयत्न करत राहतात त्यांना त्याचे बक्षीस मिळते आणि कधीकधी त्यांचे भविष्य पूर्ण कलाटणी घेते. त्यानंतर गांधीजींना त्यांच्या शांततापूर्ण चळवळीसाठी जगभरातून मान्यता मिळाली. एप्रिल १९९७मध्ये त्यांना मृत्युपश्चात पीटरमॅरिट्झबर्गकडून 'फ्रीडम ऑफ द सिटी' हा पुरस्कार देण्यात आला. त्या गावात आता महात्मा गांधींचा पुतळा उभा आहे.

जवळजवळ ५० वर्षांपासून माझ्या ज्या महत्त्वाकांक्षा दाबून टाकण्यात आल्या होत्या त्या पुन्हा पूर्ण करण्यासाठी माझ्या दृष्टीने मला एक संधी मिळाली. आठ जून २००६ या दिवशी मी पुण्यातील लोहगाव हवाई दलाच्या तळावरून सुखोई-३०-एमके१ या लढाऊ विमानाचे उड्डाण केले. लोहगावच्या लाइटनिंग स्क्वाड्रनचे कमांडिंग ऑफिसर विंग कमांडर अजय राठोड यांच्याबरोबर मी सहवैमानिक होतो. समुद्रसपाटीपासून २५,००० फूट उंचीवरून (साडेसात किलोमीटर) आमचे विमान गेले. साधारण १.२५

स्वतंत्र प्रज्ञेचे तरुण नक्कीच स्वयंप्रकाशित नागरिक बनतील.
थोडे प्रोत्साहन आणि संघटन केले तर या प्रकारच्या व्यक्ती
देशाचा विकास करण्यास मदत करतील, अशांची आपल्याला गरज आहे.

Mach (ध्वनिवेगापेक्षा सव्वापट जास्त) वेग होता. माझे लहानपणाचे स्वप्न मी अखेरीस पुरे केले. आपली स्वप्ने कधीही सोडून देऊ नका.

मी नेहमी तरुणांना सांगत आलो,
स्वप्न पाहा, स्वप्न पाहा, स्वप्न पाहा
त्यांचे विचारात रूपांतर होते आणि विचारांचा परिणाम कृतीवर होतो. [५६]

नेल्सन मंडेलांची भेट होणे, गांधीजींच्या पावलांचा मागोवा घेणे आणि लढाऊ विमानातून उड्डाण करणे असे अनेक प्रसंग माझ्या राष्ट्रपतिपदाच्या काळात मला अनुभवावयास मिळाले. पण त्यात काही वादग्रस्त मुद्देही होते. माझ्या असे लक्षात आले की, यातूनच मला काही वैयक्तिक धडे मिळाले. घटनेच्या ३५६ कलमानुसार, मी जी जाहीर घोषणा केली, त्यातून बऱ्याच गुंतागुंती झाल्या.

देशाच्या दृष्टीने राजकीय हादरा देणारी ही गोष्ट होती. सरकारने या कलमाचा वापर करण्याबाबत गंभीर प्रश्न उद्भवले. २३ मे २००५ला रात्री उशिरा मॉस्कोमधून मी जी घोषणा केली, त्यामुळे बिहार विधानसभा बरखास्त करण्यात आली. मी त्यावर बिहार गव्हर्नर बुटा सिंग यांच्याकडून सल्ला मिळाल्यावरच सही केली होती. सरकारच्या केंद्रीय मंत्रीमंडळाने त्यांचा हा सल्ला मान्य केला होता. पंतप्रधान डॉ. मनमोहन सिंग यांनीही याबाबत माझ्याशी सविस्तर बोलणे केले होते.

'जे चुकांचे समर्थन करतात, त्यांनाच वादग्रस्त मुद्द्यांची भीती वाटते.' [५७]

तरीसुद्धा माझ्या जाहीर निवेदनानंतर २४ जानेवारी २००६ रोजी सुप्रीम कोर्टाने त्याविरुद्ध आदेश काढला. आधीच्या वर्षात विधानसभा बरखास्त करण्यास बिहारच्या गव्हर्नरने मान्यता दिल्याबद्दल त्यांच्यावर ठपका ठेवण्यात आला आणि माझे निवेदन घटनाबाह्य धरले.

प्रजासत्ताक दिनाच्या समारंभानंतर दोन दिवसांनी मला जरा निवांतपणा मिळाला, तेव्हा मला अगदी एकटे पडल्यासारखे वाटले. विचारमग्न झालो मी. केवळ केंद्रीय मंत्रीमंडळाच्या सल्ल्यामुळे मी कृती केली असल्यामुळे मला थेट दोष दिला नव्हता. पण तरीही, मला दोषी असल्यासारखे वाटू लागले. राष्ट्रपतिपदाचा राजीनामा द्यावा असे मला वाटू लागले. राष्ट्रपती भवनमधील माझे वरिष्ठ अधिकारी आणि माझ्या सर्व मित्रांशी मी याबाबत पुष्कळ चर्चा केली. माझ्या कृतीची मी नीट तपासणी केली, त्यावर चिंतन केले, तेव्हा मी अशा निष्कर्षाप्रत पोहोचलो की, प्राप्त परिस्थितीत मी योग्य तेच केले आहे. घटनेनुसार केंद्रीय मंत्रीमंडळाचा सल्ला पाळणे हे माझे कर्तव्य होते. दुसरे काहीही केले असते तरी तो सरकारच्या अधिकाराचा अधिक्षेप ठरला असता. मी माझ्या नैतिक बुद्धीप्रमाणे वागलो; मग तिकडे काहीही होवो.

या प्रकरणात बहुधा माझा अहंकार दुखावला गेला. जेव्हा एखादा माणूस चुकीचा आहे असे दाखवले

---

५६. एपीजे अब्दुल कलाम, *इग्निटेड माइन्ड्स*, पेंग्विन, २००२, पृष्ठ १

५७. बेंजामिन रश (१७४६-१८१३) हे अमेरिकेचे संस्थापक होते. त्यांनी व्यसनाधीनतेकडे रोगनिवारण करण्याच्या दृष्टिकोणातून पाहण्याची पायाभरणी केली. सर्वसाधारण लोकांच्या भल्यासाठी खरा नेता काय करतो, यासाठी डॉ. कलाम नेहमी त्यांचे उदाहरण देतात.

जाते; तेव्हा स्वत:चे अस्तित्व, आनंद आणि दुखावले जाणे यावरच आपला अहंकार केंद्रित होतो. इतरांना दूर ठेवण्याचा स्वार्थीपणा दाखवण्याइतका अहंकार महत्त्वाकांक्षी असतो. मोठ्या कामास सदसद्‌विवेकबुद्धीने वेढा घालण्याने आपला अहंकार सुखावतो. सदसद्‌विवेकबुद्धी आयुष्याकडे सेवा आणि योगदान या निकषांवर पाहते. सदसद्‌विवेकबुद्धीला धीर आणि शहाणपणा मार्गदर्शन करत असतो. ते परिस्थितीनुसार बदलण्यासही सक्षम असते. माझ्या आधीच्या आयुष्यात माझ्या सदसद्‌विवेकबुद्धीनेच मला तारले. मी राष्ट्रपती असताना आणि त्यानंतरही तिनेच साथ दिली.

> *माझा लोकांवर ठाम विश्वास आहे. त्यांना जर खरे सांगितले, तर कोणत्याही राष्ट्रीय आपत्तीस ते तोंड देतील यासाठी आपण त्यांच्यावर अवलंबून राहू शकतो. महत्त्वाचा मुद्दा एवढाच आहे की, आपण त्यांना वस्तुस्थिती सांगितली पाहिजे.* [५८]

बनारस हिंदू विद्यापीठाकडून ८८व्या पदवीदान समारंभासाठी मला आमंत्रण आले होते. माझे घर असलेले रामेश्वरम आणि काशी यांमध्ये सुंदर आध्यात्मिक बंध होता. काशीची यात्रा केली की बहुतेक भाविक रामेश्वरमला भेट देत. मगच त्यांची आध्यात्मिक यात्रा पूर्ण होत असे. मी १९९१मध्ये काशीला गेलो होतो, त्याची मला आठवण झाली. इंडियन इन्स्टिट्यूट ऑफ टेक्नॉलॉजीच्या पदवीदान समारंभात भाषण करण्यासाठी मी बनारस हिंदू विद्यापीठात गेलो होतो. या समारंभात काशी नरेश श्री विभूती नारायण सिंग, काशीचे महाराज, आणि विद्यापीठाचे कुलपती उपस्थित होते. त्यांनी प्रेक्षकांना माझी ओळख करून देताना सांगितले की, मी रामेश्वरम अग्नितीर्थाकडून गंगेच्या भूमीवर काशीला आलो आहे. मी या प्रसंगी सुबुद्ध नागरिकांविषयी माझी कल्पना स्पष्ट शब्दांत बोलून दाखवली.

संपूर्ण शिक्षणप्रक्रियेत कुतूहल, सर्जनशीलता, तंत्रज्ञान, उद्योगस्नेही मानसिकता आणि नैतिक नेतृत्व हे पाच गुणविशेष आपण रुजवले पाहिजेत. हे विशेष गुणधर्म आपण विद्यार्थ्यांमध्ये रुजवले, तर आपण स्वतंत्र प्रज्ञेचे शिष्य निर्माण करू शकू. हे लोक स्वयंभू, स्व-नियंत्रित, जन्मभर शिकू इच्छिणारे असे असतील. अधिकारी व्यक्तींना मान देण्याची त्यांची तयारी असेल आणि तरीही त्यांना योग्य पद्धतीने प्रश्न विचारण्यासही ते समर्थ असतील.

स्वतंत्र प्रज्ञेचे तरुण नक्कीच स्वयंप्रकाशित नागरिक बनतील. थोडे प्रोत्साहन आणि संघटन केले तर या प्रकारच्या व्यक्ती देशाचा विकास करण्यास मदत करतील, अशांची आपल्याला गरज आहे. माझ्या राष्ट्रपती कारकिर्दीत, भारतास पुनरुज्जीवित माणसाची आत्यंतिक गरज आहे, असे मला फार वाटू लागले होते. देशातील तरुणांच्या आधारानेच हे प्रत्यक्षात आणणे शक्य आहे, याची मला खातरी होती.

❑

---

५८. अब्राहम लिंकन हे अमेरिकेचे सोळावे राष्ट्राध्यक्ष होते (१८६१-१८६५). सरकारला टिकवून ठेवण्यासाठी त्यांनी नागरी युद्धाच्या वेळेस अमेरिकेचे नेतृत्व केले. गुलामी नष्ट केली. संघराज्याचे सरकार बळकट केले आणि अर्थव्यवस्थेला आधुनिक केले. डॉ. कलाम यांनी लिंकन यांना जाहीरपणे आपला गुरू मानले होते.

१० जग ही रंगभूमी आहे

'कुरुक्षेत्र तुमच्या आत आहे... लढाई आत चालली आहे. दुर्लक्ष हा धृतराष्ट्र आहे. स्वत:चा आत्मा म्हणजे अर्जुन आहे. तुमच्या हृदयात राहणारा कृष्ण सारथी आहे. तुमचे शरीर म्हणजे रथ आहे. पंचेंद्रिये म्हणजे पाच घोडे आहेत. अहंकार, हाव, आवडीनिवडी, वासना, द्वेष, मोह, गर्व, ढोंगीपणा आणि इतर मानसिक अशुद्ध भावनांची लागलेली रांग हे शंभर कौरव होत.'[५९]

२००७च्या प्रजासत्ताक दिनाच्या संध्याकाळी देशाला उद्देशून केलेल्या भाषणात, मी एक आवाहनात्मक प्रश्न विचारला, 'मी काय देऊ शकते किंवा शकतो?' अमेरिकेचे पंतप्रधान जॉन एफ. केनेडी यांनी ४६ वर्षांपूर्वी देशाला उद्देशून केलेल्या भाषणात विचारलेल्या प्रश्नाशी याचे साम्य होते. केनेडी लोकांना म्हटले होते, 'देश तुमच्यासाठी काय करू शकतो हे विचारू नका, तुम्ही तुमच्या देशासाठी काय करू शकता हे विचारा.'

आधीच्या दशकांशी हे प्रश्न जसे संबंधित होते, तसेच ते आजही आहेत. जवळजवळ प्रत्येक जण हाच विचार करताना दिसतो की, त्याला या राज्यपद्धतीतून काय मिळेल. भोवतालचे ओरबाडून घेण्याची तयारी आहे आणि स्वत:ला काय हवे, यापलीकडे त्याला कशाचे काही देणेघेणे नाही. समाजातील सर्व वाईट गोष्टींचे मूळ मला या एकाच गोष्टीने पछाडलेल्या लोकांमध्ये दिसते, 'मी काय घेऊ शकतो?' हा आजार बरा करायचा असेल त्याने एकच प्रश्न विचारला पाहिजे, 'मी काय देऊ शकतो?'

माझा राष्ट्रपतिपदाचा काळ आता संपत आला होता. भारतीय लोकांची वापरली न गेलेली सुप्त प्रचंड शक्ती मी प्रकर्षाने लक्षात आणून दिली पाहिजे, असे मला वाटू लागले. भारताचा विकास करणे हे कोट्यवधी लोकांचे ध्येय आहे आणि त्यात प्रत्येकाची एक भूमिका आहे. प्रत्येक जण व्यक्तिश: आणि सांघिक रीत्या या राष्ट्रीय चळवळीत सामील झाले तर हे प्रत्यक्षात येईल. नागरिकांशी झालेल्या माझ्या संवादातून, विशेषत: तरुणांशी बोलल्यावर मला असे दिसून आले की, त्यांच्यात अमर्याद विधायक ऊर्जा आहे. भारताच्या विकासासाठी भारतीय लोक शक्य ते सर्व देण्यास तयार आहेत. त्यांच्या क्षमतेस आपण प्रोत्साहन दिले पाहिजे. सरकारकडून ही ऊर्जा सुकर करून वापरली जायला हवी. देशाच्या विकासात नागरिकांनी सक्रिय सहभागी होणे आवश्यक आहे.

---

५९. ए.पी.जे. अब्दुल कलाम, अरुण तिवारी, *गायडिंग सोल्स*, ओशन बुक्स, २००५, पृष्ठ ३२

'रत्न किंवा अगदी फूल हे भेट देण्यापेक्षा प्रेमळ विचारांची देणगी आपण मित्राच्या किंवा मैत्रिणीच्या हृदयात रुजवली तर ते देवदूताचे कार्य ठरेल.'[६०]

प्रजासत्ताक दिनाच्या माझ्या शेवटच्या भाषणानंतर थोड्याच महिन्यांनी मी सगळ्यात महत्त्वाच्या आंतरराष्ट्रीय समुदायापुढे भाषण केले. युरोपीय संसदेत भारताच्या राष्ट्रपतींनी केलेले ते पहिले भाषण होते. चोवीस एप्रिल २००७ या दिवशी मी स्ट्रासबर्ग, फ्रान्स इथे पोहोचलो. संसदेची मुख्य इमारत अगदी आधुनिक होती. वळणदार बांधकामामध्ये मुख्यत: काच वापरलेली होती. त्या दिवशी सूर्य चमकत होता आणि नदीच्या पाण्यात इमारतीचे सुंदर प्रतिबिंब पडले होते.

युरोपीय पार्लमेंट हॉल भारताच्या सेंट्रल हॉलपेक्षा बराच मोठा होता. भरलेला होता. युरोपचे राष्ट्राध्यक्ष हॅन्स-गर्ट पॉटरिंग यांनी माझी थोडक्यात ओळख करून दिली. भाषणास सुरुवात करताना मी तमिळमधील संगम काळातील एक वाक्य उद्धृत केले. त्याचा अर्थ असा होता की, जग म्हणजे एक मोठे कुटुंब आहे. मी पुढे म्हणालो की, युरोपीय नागरिकीकरणाचे मानवी इतिहासात एक वेगळे स्थान आहे. युरोपची पराक्रमी माणसे पृथ्वीवरील वेगवेगळी ठिकाणे शोधून काढण्याचे धाडस करण्यात गुंतली होती. त्यामुळे पुष्कळ कल्पना आणि पद्धतींचा शोध लागला.

युरोपीय इतिहासातील काळी बाजू मी फार पुढे आणली नाही. पंचेचाळीस मिनिटांच्या भाषणाच्या अखेरीस मी युरोपीय युनियनबद्दल माझी कविता म्हणालो. नाव होते, अ मेसेज फ्रॉम मदर इंडिया. कवितेमध्ये युरोपची पवित्र भूमी, त्यांची साहसे, तिथल्या लोकांची निर्मितिशील आणि पद्धतशीर वृत्ती यांना मी वंदन केले होते. मग युद्धांच्या कहाण्या, ज्यूंचे छळ, वसाहतवाद्यांपासून मुक्ततेसाठी उपखंडात आणि समुद्रात झालेली युद्धे, दोन महायुद्धे, त्यातून कल्पनेपलीकडे झालेला रक्तपात आणि त्यांच्या देशाचे दु:ख हे सारे मी कवितेतून वर्णन केले. मनाचा चांगुलपणा आणि कृतीतला वाईटपणा या दोन गोष्टींची मांडणी केल्यानंतर युरोपीय युनियन मानवी कल्याणासाठी चांगले साधन होऊ शकते, असे मी सांगितले.

माझे भाषण संपले, तेव्हा हात जोडून मी 'नमस्कार' असे म्हणालो. साधारण ७०० संसद-सदस्यांनी उभे राहून मला मानवंदना दिली. युरोपीय पार्लमेंट अध्यक्ष हॅन्स-गर्ट पॉटरिंग यांनी, माझे युरोपीय पार्लमेंटसमोर केलेले भाषण असाधारण होते, असे भाषण त्यांनी यापूर्वी कधीही ऐकलेले नव्हते, असे सांगितले.

'ज्यांना मनुष्य जितक्या उंचीवर जाऊ शकतो तितके वर जायचे असेल, तर त्यांनी बुद्धिमत्तेच्या गर्वाचा त्याग केला पाहिजे.'[६१]

---

६०. जॉर्ज मॅकडोनाल्ड (१८२४-१९०५) हे स्कॉटिश लेखक, कवी आणि ख्रिश्चन प्रचारक होते. मॅकडोनाल्ड यांचे वाक्य डॉ. कलाम उदाहरण म्हणून देत की, देव कधी शिक्षा देत नाही. तो फक्त काही बदल घडवतो. त्याच्या तीव्र रागाचे पर्यवसान इतकेच होऊ शकते की, तो अपराधी माणसाला सहन करतो.

६१. ॲलेक्सिस कॅरेल (१८७३-१९४४) हा फ्रेंच सर्जन आणि बायॉलॉजिस्ट होता. फिजिऑलॉजी किंवा मेडिसिनमध्ये त्याला १९१२मध्ये नोबेल प्राइज देण्यात आले होते. डॉ. कलाम यांच्या चार आवडत्या पुस्तकांपैकी *मॅन द अननोन* हे पुस्तक कॅरेल याचे होते. इतर तीन पुस्तके होती, लिलिअन वॅटसनची Thirukkural, Light from Many Lamps आणि Holy Quran.

समाजातील सर्व वाईट गोष्टींचे मूळ मला या एकाच गोष्टीने पछाडलेल्या लोकांमध्ये दिसते, 'मी काय घेऊ शकतो?' हा आजार बरा करायचा असेल त्याने एकच प्रश्न विचारला पाहिजे, 'मी काय देऊ शकतो?'

संपूर्ण इतिहासात युरोपशी आपले किती जवळचे संबंध होते, हे आपण कधीकधी विसरतो. पंचवीस एप्रिल २००७ या दिवशी मी ग्रीकमध्ये पोहोचलो. ग्रीक राष्ट्राध्यक्ष कारोलोस पॅपॉलिअस यांनी मला एक आश्चर्यकारक गोष्ट दाखवली. प्राचीन काळात भारत आणि ग्रीस यांच्यामध्ये किती जवळचे संबंध होते हे मला त्यावरून कळले. त्यांच्याकडील एका नाण्यावर आपला राजा मिलिंद याचा छाप होता. त्याचे चित्र त्या नाण्यावर चितारलेले होते.

ख्रिस्तपूर्व ३२६मध्ये भारतीय राजा पौरस आणि ग्रीक राजा अलेक्झांडर यांच्यामध्ये झालेले युद्ध भारतातील सर्वांना माहीत आहे. अलेक्झांडरने पर्शिअन साम्राज्य ओलांडले आणि झेलम नदीजवळ पोहोचला. पौरसाच्या साम्राज्याची ती पश्चिम सीमा होती. पूर्वेकडे थेट गंगेपर्यंत त्याचे राज्य विस्तारले होते. पौरस राजाच्या सैन्याने युद्धामध्ये दाखवलेल्या पराक्रमाने अलेक्झांडरच्या सैन्याचे धैर्य खचले आणि भारतात आणखी पुढे जाऊन लढाई करण्याचे त्यांनी नाकारले.

ग्रीक सैन्यदल मागे ठेवून अलेक्झांडर माघारी फिरला. ते सर्व जण तक्षशीलामध्ये स्थायिक झाले. चंद्रगुप्त मौर्य याने राजा सेल्युकसला हरवून शांततेचा तह करेपर्यंत तीसहून अधिक ग्रीक राजांनी तिथे राज्य केले आणि ते एकमेकांशी संघर्ष करत अस्तंगत झाले. सेल्युकसच्या मुलीशी चंद्रगुप्तने लग्न केले. त्यानंतर सरदार घराण्यातील भारतीय आणि ग्रीक यांच्यामध्ये विवाह होण्यास सुरुवात झाली. नंदाची राजवट कोसळली, त्या वेळी चंद्रगुप्त मौर्य यास ग्रीक सैनिकांची मदत झाली.

अनेक भारतीय व ग्रीक राजघराण्यांनी येथील प्रदेशावर राज्य केले. पश्चिमेला हिंदुकुश पर्वतराजी होती तर पूर्वेला गंगायमुनेची पठारं होती. दक्षिणेस विंध्य पर्वत होता. येथील बहुतेक सर्व राज्यांचा धर्म बौद्ध होता. या काळात ग्रीक लोक विशाल व समृद्ध भारतीय समाजात एकरूप झाले. मात्र, पुढे अनेक शतके या सहृदय, सौम्य राजवटीवर बाहेरून हल्ले होणार होते.

राजघराण्यांचे उदयास्त होत असतात. राजे राज्य करतात आणि संपतात. राष्ट्रपती त्यांची पाच वर्षांची कारकिर्द पूर्ण करतात आणि निवृत्त होतात. कार्यालय किंवा सत्ता यांच्या गुंतागुंतीत अडकणे ही खरोखर एक मोठीच चूक आहे. माझ्या राष्ट्रपतीच्या कारकिर्दीत ही वस्तुस्थिती मी कायम लक्षात ठेवली. काही दशकांपूर्वी मला डॉ. ब्रह्म प्रकाश यांनी सांगितल्याप्रमाणे मी रांगेत कुठे उभा आहे, याची मला जाणीव होती. माझी कारकिर्द संपण्यापूर्वी काही दिवस या साऱ्या पसाऱ्यात माझी जागा कोठे आहे, हे मला कळले होते. माझ्या मित्राबरोबर मी राष्ट्रपती भवनमधल्या बहरलेल्या मुघल गार्डनमध्ये फिरत असताना ही गोष्ट माझ्या लक्षात आली.

बागेतील दगडी रस्त्यांवरून आम्ही फिरत असताना माझ्या निवृत्तीनंतर मी काय करू शकेन याबद्दल आम्ही चर्चा करत होतो. विविध रंगांची फुलं उमलली होती. दिल्लीतल्या वातावरणातला वसंत हिरवाईमधून पाझरत होता. आम्ही चालत असताना एक गुबगुबीत मांजर आमच्या वाटेत आले. आमची त्याला दखलच

नव्हती. स्वत:चीच बाग असल्यासारखे ते तोऱ्यात फिरत होतो. आम्ही हसलो. आता राष्ट्रपती भवनातले माझे स्थान कोणते आहे, हे मी एका वेगळ्याच दृष्टिकोणातून पाहत होतो. मी मित्राला म्हणालो, 'ते मांजर जुलैनंतरही इथेच असेल. मला आवडो किंवा न आवडो; पाच वर्षांनी कुणी येवो अथवा जावो! मांजरे, कुत्री, हरणे, मोर ... हे प्राणीच राष्ट्रपती भवनचे खरे कायमचे रहिवासी आहेत.'

परंपरेनुसार, त्या वेळी जे सरकार सत्तेवर असेल, ते त्यांच्या पसंतीचा उमेदवार राष्ट्रपती निवडणुकीत उभा करते. त्यात माझे नाव नव्हते. पण मी राष्ट्रपती भवनातच राहावे या दृष्टीने काही प्रादेशिक पक्ष विशेष प्रयत्नात होते. जे. जयललिता यांच्या नेतृत्वाखालील ऑल इंडिया अन्ना द्रविड मुन्नेत्र कळघम (AIADMK), मुलायम सिंग यादव यांचा समाजवादी पक्ष, चंद्राबाबू नायडू नेते असलेला तेलगू देसम पक्ष (TDP) आणि ओमप्रकाश चौताला यांचा इंडियन नॅशन लोकदल (INLD) हे सर्व पक्ष युनायटेड प्रोग्रेसिव्ह अलायन्स (UNPA) या नावाने एकत्र आले. यूएनपीएचे शिष्टमंडळ मला २० जून २००७ रोजी भेटले आणि त्यांनी मला राष्ट्रपतिपदाच्या निवडणुकीस उभे राहण्याची विनंती केली.

मी दुसऱ्यांदा राष्ट्रपती व्हावे अशी इच्छा व्यक्त करणाऱ्या अक्षरश: हजारो मेल्स मला आल्या. लोकांच्या या भावनेने मी भारावून गेलो. मात्र, तरीही मला असे वाटले की, राष्ट्रपती भवन हे माझ्या काळात लोकांचे भवन होते हे खरे; पण तिथे राष्ट्रपती या पदासाठी निवडणूक होणे हे सवंगपणाचे होईल.

माझ्या लक्षात आले होते की, आता मी राजकारण सोडण्याची वेळ आली आहे. या बाबतीत माझे आध्यात्मिक गुरू आणि मार्गदर्शक यांच्याशी माझे फोनवरून बोलणे झाले होते. त्या वेळी ते अमेरिकेत होते. मला म्हणाले, 'कलामसाहेब, निवडणुकीस पुन्हा उभे राहू नका. सोडून द्या. लोकांची सेवा करायला लागा. कितीही मोठे पद असले तरी त्यापेक्षा नि:स्वार्थी सेवा नेहमीच सरस असते.' प्रमुख स्वामीजींचा सल्ला मी लक्षात घेतला आणि २२ जून २००७ रोजी मी पुन्हा राष्ट्रपतिपदासाठी निवडणूक लढवणार नसल्याचा निर्णय जनतेसमोर जाहीर केला.

तेवीस जुलै २००७ या दिवशी संसदसदस्यांनी माझ्यासाठी सेंट्रल हॉल ऑफ पार्लमेंटमध्ये निरोपसमारंभ ठेवला. माझ्या राष्ट्रपतिपदाच्या पाच वर्षांच्या काळात मी ज्यांच्याबरोबर काम केले, ते पंतप्रधान मनमोहन सिंग व त्या आधीचे पंतप्रधान अटलबिहारी वाजपेयी यांचे मी आभार मानले. उपराष्ट्रपती भैरोसिंग शेखावत यांचेही माझ्याशी सहकार्य केल्याबद्दल आभार मानले. या प्रसंगी मी काही महत्त्वाचे मुद्दे मांडले.

पहिल्यांदा मी असे म्हणालो की, भारताच्या राज्यपद्धतीमध्ये वेग व अपरिवर्तनीय बदल आला असल्याबद्दल भारतातील वातावरणात व बाहेरही कौतुकाची भावना आहे. या बदलांमुळे राष्ट्रीय अस्मिता, एकसंधता आणि आर्थिक वाढ यांमध्ये आलेली आव्हाने यांना भराभर सामोरे जाणे गरजेचे होते. आपल्या सामाजिक संस्थांचा कल बिघडण्याकडे होतो आणि त्या संकटग्रस्त होतात. आपली राज्यपद्धती संकटात आहे आणि स्वत:ला घडवणे आणि बदलणे यासाठीचा हा स्पष्ट संकेत होता.

मी दुसरा मुद्दा असा मांडला की, जागतिकीकरणामुळे भारताची अर्थव्यवस्था बळकट झाली आहे. देश अधिक श्रीमंत झाला आहे; पण संसदेची ताकद वाढवण्यासाठी सुव्यवस्थेची गरज आहे. आंतरराष्ट्रीय करारमदार आता वाढत आहेत. ते बरेचसे आर्थिक निर्णय घेणारे आहेत. आणि जगातील अगदी काही संसदांपैकी भारत ही एक संसद अशी आहे की, जिच्याकडे, त्या तहाचे पर्यवेक्षण करणारी परिणामकारक

पद्धती नाही. हे करार साधारणपणे असे असतात की, ते संसदेपुढे येण्यापूर्वी आधीच मान्य केलेले असतात. म्हणूनच त्यासंबंधीचे कायदे बनवून अशा तहांचे पर्यवेक्षण करता आले पाहिजे. बाहेरील देशांशी तसे करार करणे ही संसदेची तातडीची गरज आहे.

पुढे मी म्हणालो की, वृद्धिसातत्य, विकास, भोवतालची परिस्थिती आणि साधनसंपत्ती यांच्या जागतिक आव्हानांस तोंड देण्यासाठी या पुढील काळात राजकीय नेतृत्व उदयास आले पाहिजे. आपल्या देशाच्या नेतृत्वाने लोकांमध्ये 'आपण हे करू शकतो' असा विश्वास निर्माण केला पाहिजे. माझ्या या सूचनेवर राज्याच्या मुख्यमंत्र्यांनी चर्चा करावी, आपापले म्हणणे मांडावे, असेही मी म्हणालो. देशाच्या घटनेच्या चौकटीत बसणारी 'पार्लमेंटरी व्हिजन फॉर द नेशन' असा एक आराखडा तयार करावा. एकविसाव्या शतकातील हा भारताचा संसदीय दृष्टिकोण, जागतिक आणि दूरदृष्टीचा असायला हवा. भारताचे रूपांतर विकसित देशात करण्यासाठी त्यास धोरणांची अंमलबजावणी, एकसंध बांधणी आणि कृतीयोजना यांची गरज आहे. त्यासाठी दोन गोष्टी साध्य करायला हव्यात. एक म्हणजे राष्ट्रीय समृद्धी निर्देशांक आणि दुसरे २०३०पूर्वी ऊर्जा स्वावलंबनाची प्राप्ती.

२५ जुलै २००७ रोजी संसदेच्या सेंट्रल हॉलमध्ये शपथविधी झाल्यानंतर नवीन राष्ट्रपती आणि माजी राष्ट्रपती परंपरेनुसार घोडागाडीतून राष्ट्रपती भवनमध्ये आले. २५ जुलै २००३च्या प्रसंगाचीच ही पुनरावृत्ती होती. त्या वेळी माजी राष्ट्रपती के. आर. नारायणन यांनी मला संसदेतून राष्ट्रपती भवनमध्ये आणले होते. नाटक चालू राहते, नट बदलतात. त्या दिवशी मी नवीन राष्ट्रपती श्रीमती प्रतिभा पाटील यांना पुढील पाच वर्षांसाठी भवनामध्ये घेऊन आलो.

२००२मध्ये मी दोन सूटकेस घेऊन इथे आलो होतो. राष्ट्रपती भवन सोडतानाही याच दोन सूटकेस घेऊन मी बाहेर पडलो. अन्ना विद्यापीठात राहण्यासाठी मी संध्याकाळी चेन्नईला प्रयाण केले. पाच वर्षांपूर्वी मी जिथे होतो, तिथेच मी आता परत आलो होतो. देशाच्या तरुणाईला स्फूर्ती देण्याचे माझे कार्य अजून बाकी होते.

'विज्ञान आणि अध्यात्म या काही विरुद्ध गोष्टी नाहीत. एकाच रथाची ती दोन चाके आहेत. एकाच नाण्याच्या दोन बाजू आहेत.'[६२]

कोणत्याही मोठ्या योजनेचा बेत आखण्याचा प्रयत्न करण्यापूर्वी विश्वाची अवाढव्यता तुम्ही लक्षात घेतली पाहिजे. आपण आपल्याभोवती जे पाहतो तो या प्रचंड विश्वाचा एक लहान भाग असतो. थरच्या वाळवंटात एखादा वाळूचा कण असावा, तसे या विश्वात आपले स्थान आहे.

---

६२. एम. एस. दडगे, 'सायन्स ॲण्ड स्पिरिच्युॲलिटी', मुंबई सर्वोदय मंडळ आणि गांधी रिसर्च फाउंडेशन, http://www.mkgandhi.org/articles/sci%20and%20spirituality.htm, २७ ऑगस्ट २०१६ रोजी पाहिली.

थोड्याच महिन्यांत मी राष्ट्रपती भवन सोडले. पन्नासाव्या अवकाश संशोधनाच्या वाढदिवसानिमित्त आयोजिलेल्या 'फिफ्टी इअर्स इन स्पेस' या एका आंतरराष्ट्रीय परिसंवादात सहभागी होण्यासाठी मला आमंत्रण आले. २० सप्टेंबर २००७ या दिवशी कॅलिफोर्निया इन्स्टिट्यूट ऑफ टेक्नॉलॉजी (Caltech) येथे हा कार्यक्रम होणार होता. या परिसंवादाच्या निमित्ताने कॅलिफोर्निया इन्स्टिट्यूट ऑफ टेक्नॉलॉजी, ग्रॅज्युएट एरोनॉटिकल लॅबोरेटरीज (GALCIT), नॉरथ्रॉप ग्रुमॅन स्पेस टेक्नॉलॉजी आणि नासाची जेट प्रॉपल्शन लॅबोरेटरी येथील शास्त्रज्ञांना भेटण्यासाठी ही चांगली संधी होती. काही शास्त्रज्ञांशी माझा संबंध काही काळ राहिला होता. पण माझ्या राष्ट्रपतिपदाच्या कारकिर्दीत अमेरिकेला भेट देण्याची वेळ आली नव्हती. त्यामुळे माझी त्यांच्याशी भेट होऊ शकली नव्हती.

अवकाश संशोधनात काम करणाऱ्या शास्त्रज्ञांशी चर्चा करण्यात मला विशेष आनंद मिळाला. कमीत कमी एवढे तरी होतेच की, या क्षेत्रात असलेले विविध शिस्तविषयक नियम शास्त्रज्ञांना तत्त्वज्ञानी बनवते. कामाच्या एका टप्प्यावर अवकाशतज्ज्ञावर अशी एकदा तरी वेळ येते की, अमर्यादितेत त्याला स्वत:ची जागा शोधणे भाग पडते आणि हे नेहमी चांगल्यासाठीच असते. तुम्ही जगातल्या कोट्यवधी लोकांपैकी एक अशा दृष्टीने जगाकडे पाहिले तर तुम्ही विनम्र आणि अवाक् होता. त्यामुळे तुम्हांला मानवाच्या अस्तित्वासंबंधीचा अधिक विशाल आणि अधिक आध्यात्मिक दृष्टिकोण मिळतो.

> *आपण कोण आहोत? एका नगण्य ग्रहावर राहणारे विश्वातील एका प्रचंड मोठ्या आकाशगंगेमध्ये आपण हरवलो आहोत आणि अशा असंख्य आकाशगंगा या विश्वामध्ये आहेत.* [६३]

कोणत्याही मोठ्या योजनेचा बेत आखण्याचा प्रयत्न करण्यापूर्वी विश्वाची अवाढव्यता तुम्ही लक्षात घेतली पाहिजे. आपण आपल्याभोवती जे पाहतो तो या प्रचंड विश्वाचा एक लहान भाग असतो. थरच्या वाळवंटात एखादा वाळूचा कण असावा तसे या विश्वात आपले स्थान आहे. पृथ्वीभोवती प्रदक्षिणा घालण्यास प्रकाशाला एक दशांश सेकंदापेक्षाही कमी वेळ लागतो. विश्वाचा व्यास अंदाजे किमान ९३ अब्ज प्रकाशवर्षे आहे. याचा अर्थ विश्वाची अमर्याद व्याप्ती ओलांडायला प्रकाशाला साधारण ९३ अब्ज वर्षे लागतील!

त्या मानाने सूर्य हा लहान तारा आहे. तरीही, साधारण १.३ दशलक्ष पृथ्वी त्यामध्ये मावतील. शेवटी बीटलग्यूज हा लाल भव्य तारा पृथ्वीपासून साधारण ६४० प्रकाशवर्षे इतका लांब आहे. त्याच्यात साधारण १,००० सूर्य मावू शकतील. सूर्याचा आकार साधारण एका संत्र्याएवढा आहे, असे समजले तर सूर्यापासून दहा मीटर अंतरावरील कक्षेमध्ये पृथ्वी म्हणजे एक वाळूचा कण आहे. याच प्रमाणात पाहिले तर सूर्यापासून सगळ्यात जवळ तारा अल्फा सेंटॉरी हा साधारण २,००० किलोमीटर दूर आहे.

आकाशगंगा साधारण संत्र्यांच्या गुच्छासारखी दिसते. (प्रत्यक्षात तिचा व्यास अंदाजे तीस दशलक्ष किलोमीटर इतका आहे.) प्रत्येक संत्र्यामधले अंतर साधारण ३,००० किलोमीटर आहे. विश्वात असंख्य

---

६३. कार्ल सगन (१९३४-१९९६) हा अमरिकन खगोलशास्त्रज्ञ, विश्वाच्या उत्पत्तीच्या व घटनेच्या शास्त्रातील तज्ज्ञ आणि लेखक होता. शास्त्रांमध्ये सहकार्य साधण्याचे काम करण्यासाठी कार्ल सगनला डॉ. कलाम 'idea person' आणि 'a role model' असे म्हणत असत.

सूर्यमालिका आहेत. त्यातल्या काही ठिकाणीतरी जीवसृष्टी असण्याची दाट शक्यता आहे. तिथे अगदी थोड्या प्रमाणात का होईना, पण काही बुद्धिमान जीव घडत असणे संभवनीय आहे.

या सगळ्याचा विचार केला तर आपल्या जाणिवा बदलतात. आपली प्रादेशिक मानसिकता आणि क्षुल्लक कारणांवरून होत असलेली देशादेशांतील भांडणे हास्यास्पद वाटू लागतात.

'पैशाची कमतरता हे सर्व दुष्ट गोष्टींचे मूळ आहे.'[६४]

कॅलटेक येथील परिसंवाद होण्यापूर्वी मी CISCOच्या मुख्यालयास भेट दिली. ही अमेरिकन बहुराष्ट्रीय आयटी कंपनी सॅन होजे येथे आहे. माझे स्वागत करण्यासाठी CISCOचे CEO जॉन चेंबर्स हे लॉबीमध्ये उभे होते. जॉन चेंबर्स यांचे वार्षिक वेतन वीस दशलक्ष डॉलर्स होते. पण त्यांच्या वागण्यात त्याचा कुठेही तोरा नव्हता. त्यांच्या साध्या वागण्याने मी प्रभावित झालो. भारतीय समाजात अशा उद्योगपतींमध्ये दिसणारा शिष्टपणे त्याच्या अंगी अजिबातच नव्हता.

CISCO ही कंपनी सत्तर दशलक्ष डॉलर्सवरून त्यांनी अडतीस कोटी डॉलरच्या उलाढालीपर्यंत कशी नेली, हे मी जॉन चेंबर्स यांना विचारले. त्यावर त्यांचे उत्तर अगदी साधे आणि स्पष्ट होते.

''साधारण सात वर्षे संगणकांची विक्री केल्यानंतर मी वाँग लॅबोरेटरीजकडे वळलो. तिथे फार काही साध्य झाले नाही. वाँगला १९८९मध्ये दोन अब्ज फायदा होत होता. १९९०मध्ये सातशे दशलक्ष डॉलर्सचा तोटा झाला. आणि मग मी इथे आलो. हे सारे दूरदृष्टी आणि कठोर मेहनतीमुळे झाले, सर. कठोर मेहनत नसेल तर दूरदृष्टीचा काही उपयोग नाही. युरोपमधले माझे अनेक मित्र त्यामुळे नुकसानीत आहेत. जगातले अब्जावधी लोक दूरदृष्टी न ठेवता कष्ट करत आहेत. यात फार काही रहस्य असे नाहीये. वाँगमध्ये दूरदृष्टीचा अभाव होता. इतरांपेक्षा आधी आम्ही भविष्य पाहिले, त्याचा अंदाज घेतला, म्हणून CISCO यशस्वी झाले.''

त्यानंतर चेंबर्स म्हणाले, ''एक विचारू का, सर? तुमच्या दृष्टीसमोर काय आहे?''

मी म्हणालो, ''हे बघ जॉन, सामाजिक समता वाढवून आर्थिक प्रगती कशी करता येईल हे जगाला दाखवून देणे हीच भारताची नियती आहे. मी तेच करण्याचा प्रयत्न करतो आहे. जगात तीन अब्ज लोक गरीब आहेत. जगाच्या एक-षष्ठांश लोकसंख्या असलेल्या आमच्या देशात जर आम्ही परिवर्तन घडवून आणले तर त्याचा लाभ इतर देशांनाही होईल.''

आमच्या संभाषणातून एक गोष्ट मला निश्चितपणे कळली की, यशासाठी दूरदृष्टी असणे आवश्यक आहे. संगणक बनवणाऱ्या कंपन्या असोत की फायद्यासाठी शेअर मार्केट चालवणारे असोत, त्यांना जितके हे आवश्यक आहे, तितकेच ते विकासाची महत्त्वाकांक्षा असणाऱ्या कोणत्याही देशासही गरजेचे आहे. तसेच ज्या कुणाला शिक्षण, उद्योग, वैयक्तिक विकास किंवा कारकिर्द यात आपली प्रगती करून घ्यायची असेल त्या प्रत्येकास ही दूरदृष्टी असणे आवश्यक आहे. कोणत्याही प्रकारची, प्रत्यक्षात आणता येईल अशी, दूरदृष्टी जवळ असल्याशिवाय कोणीही सुखाने राहू शकणार नाही.

❑

---

६४. मार्क ट्वेन, सॅम्युएल लाँगहॉर्न क्लीमेन्स (१८३५-१९१०) यांचे टोपण नाव. ट्वेन हा अमेरिकन लेखक, प्रकाशक, उद्योजक आणि व्याख्याता होता. डॉ. कलाम 'धर्माच्या बाबतीत भारत लक्षाधीश आहे. इतर देश दरिद्री आहेत या बाबतीत.' हे मार्क ट्वेन यांचे प्रसिद्ध वाक्य उद्धृत करत असत. ट्वेन याने १८९६मध्ये भारतास भेट दिली होती.

११ काळजी घेणारा तत्त्वज्ञ

'मी माझ्या कामात ईश्वराला सहभागी करून घेतो; या अर्थाने मी नेहमीच धार्मिक माणूस राहिलो आहे. उत्तम कामासाठी जास्तीची क्षमता लागते हे मला माहीत आहे. आणि म्हणून देवच देऊ शकेल अशा मदतीची मला गरज असते. त्यासाठी माझी स्वत:ची क्षमता किती आहे, हे मी आधी ओळखले पाहिजे. मग देवाच्या हाती स्वत:ला सोपवून ५० टक्के क्षमता मी त्याच्याकडून वाढवून घेतो. त्यानंतर जेव्हा मी कामास सुरुवात करतो, तेव्हा माझ्या मनात कसलीही भीती किंवा शंका नसते.'[६५]

दिनांक २८ एप्रिल २००९ रोजी मला 'हूवर मेडल' या अमेरिकन पारितोषिकाने सन्मानित करण्यात आले. हे पारितोषिक हर्बर्ट हूवर या अमेरिकेच्या एकतिसाव्या अध्यक्षांच्या नावाने दिले जोते. तेच या पारितोषिकाचे पहिले मानकरी होते, ज्यांना न्यू यॉकमधील कोलंबिया विद्यापीठात पुरस्कृत करण्यात आले. या पुरस्काराचा आशियातील मी पहिला मानकरी होतो, असे मला सांगण्यात आले. अमेरिकन सोसायटी ऑफ मेकॅनिकल इंजिनिअर्स यांच्याकडून १९३०पासून दर वर्षी हा पुरस्कार दिला जातो. मी माझ्या भाषणात जगातील अनिश्चित परिस्थितीविषयी मला काय वाटते, ते सांगितले.

राष्ट्रपतिपदानंतरच्या काळात जगाच्या स्थितीविषयी माझ्या मनात विचारांचे सखोल मंथन चालत असे. मला वाटे की, आपण एका संक्रमणाच्या काळातून जात आहोत. लोक दिशाहीन झाले आहेत. त्यांना सोसावे लागते आहे. आपल्याला याची जाणीव असली पाहिजे आणि आपण काहीतरी वेगळा विचार करायला हवा. याचा अर्थ एकमेकांशी आणखी स्पर्धा केली पाहिजे असे नव्हे. आपण चढाओढ करण्याऐवजी चांगले जीवन जगता यावे यासाठी एकत्रितपणे विकास करून घेतला पाहिजे.

आपले वेगवेगळे समाज यासाठी असले पाहिजेत की आपल्या विकासाच्या गुंतागुंती वाटून घेता याव्यात. विकासाचा एक भाग म्हणून आपल्या उपजत वृत्तीं स्वीकारून आपण रचनात्मक पद्धतीने जगले पाहिजे. माणूस आणि प्राणी यांच्यात असलेल्या मूळ गुणधर्मांमध्ये पुष्कळच साम्य आहे. संशोधनाने असे

---

६५. ए.पी.जे. अब्दुल कलाम, अरुण तिवारी, *विंग्ज ऑफ फायर*, युनिव्हर्सिटी प्रेस १९९९, पृष्ठ ४९.

दाखवून दिले आहे की, संघर्षाचे मूळ कारण हे माणसाच्या मेंदूमध्येच असते. आता हे स्पष्ट झाले आहे की, युद्ध करण्याच्या माणसाच्या वृत्तीस एक जीवशास्त्रीय पैलू आहे.

या वृत्तीचा तोल सांभाळणे म्हणजे मन. मानवतेची शांततेसाठीची आशा म्हणजेच कारणे विचारणे. मानवतेने संघर्षासाठी जी किंमत मोजली आहे ती समजण्यास मन सक्षम आहे. संघर्षामधेच एकवटलेले आपले लक्ष विकासाकडे वेधून घेतले तर मानवी संस्कृती फार वेगळा आकार धारण करू शकेल, हेही आपण लक्षात घेतले पाहिजे. यामुळे मानवजात शांततापूर्ण सहजीवनाचा आनंद घेऊ शकेल.

इतिहासामध्ये ज्या भौतिक गोष्टींमुळे आपण युद्धास प्रवृत्त होतो, त्याही आपण ओळखल्या पाहिजेत. पुढील काळात संघर्ष कसे टाळता येतील यावर निश्चयाने विचार केला पाहिजे. साधनसंपत्तीची कमतरता, देशांचा विषम विकास आणि जगाचे वेगवेगळे विभाग, उपासमार, नैसर्गिक आपत्ती व अहंकार ही संघर्षाची कारणे आहेत. इतिहासातील चुकांमधून जे आकलन होते त्यातून निर्माण होणरा द्वेष हेही एक कारण आहे.

युद्धास प्रवृत्त करणारे घटक एकदा आपण लक्षात घेतले की एकविसाव्या शतकात संघर्षाची कारणे उद्‌भवू नयेत म्हणून आपण सतर्क राहिले पाहिजे. त्या दृष्टीने निदान सशस्त्र सामना आपण शक्यतो टाळायला हवा. आधुनिक तंत्रज्ञानानी बनवलेली शस्त्रास्त्रे माणसाच्या अस्तित्वालाच धोका बनून राहिली आहेत. सध्याच्या काळात माणूस अनेक आघाड्यांवर लढतो आहे. भोवतालची परिस्थिती खालावत आहे. रोगराईचे प्रमाण वाढले आहे. दुसरीकडे दहशतवाद आहे. त्याला आता हे अनावश्यक युद्ध परवडणार नाही.

शांतता टिकवून ठेवण्यासाठी मार्गदर्शक, व्यावहारिक असा मार्ग म्हणजे जगातील जगण्याची गुणवत्ता चांगली, सौजन्यपूर्ण राहील याची खात्री वाटली पाहिजे. यामुळे युद्धाचे मुख्य उद्दिष्टच लगेच नाहीसे होईल. कोणत्याही परिस्थितीत मानवाच्या कल्याणासाठीच गोष्टी होत राहतील. ही काही लहानसहान गोष्ट नाही. यासाठी तंत्रज्ञानाबरोबरच बुद्धिमत्ता आणि शिक्षण यांचाही उपयोग करावा लागेल.

यामध्ये कोणत्या बाबी अंतर्भूत आहेत, त्याची आपण व्यापकता पाहू यात. ऊर्जा आणि पर्यावरण, वातावरणाला समजून घेणे, विज्ञानाची वाढती व्याप्ती, अवकाशाचा शोध, संपत्तीची समान वाटणी, गंभीर आजारांचा सामना, व्यसनमुक्ती आणि कौटुंबिक बंध सुधारणे. हे लक्षात घेऊन जगभरातील संपूर्ण मानवजातीचे जीवनमान सुधारण्याचे कठीण काम आपण करायला हवे.

थोडक्यात, मनुष्यामधील, समाजातील आणि निसर्गातील अंध आणि दुर्लक्षित शक्तींवर आपल्या सदसद्‌विवेकबुद्धीने विजय मिळवण्यात माणसाचे पापविमोचन आहे. जी तत्त्वे आपल्या देशाला विकसित करण्याची दूरदृष्टी देण्यास मार्गदर्शन करू शकतील, तीच तत्त्वे आपला ग्रह राहण्यायोग्य करण्यास व मानवी समाज अधिक समृद्ध आणि एकसंध राहण्यास उपयोगी पडतील. ज्या प्रेरणा व्यक्तींना जगातील मर्यादेपेक्षा वरचढ ठरण्याकडे ढकलतात आणि उच्च हेतूंनी मोहवतात, त्या प्रेरणा सर्वांनी एकत्रितपणे अनुभवल्या पाहिजेत. मानवजातीला वाचवणारी हीच एक प्रार्थना आहे.

'उठा, जागे व्हा आणि ध्येयसिद्धी होईपर्यंत थांबू नका.'[६६]

---

६६. *कथा उपनिषद* (१.३.१४). नचिकेत या नायक असलेल्या मुलाला मृत्युदेवता यम सल्ला देते. 'ऊठ! जागा हो! मोठ्या गोष्टीकडे जा आणि शिकून घे. तो मार्ग हत्याराच्या धारदार काठासारखा आहे. शहाणे असे सांगतात की, तो चालून जाणे कठीण आहे आणि ओलांडून जाणे अवघड आहे.' स्वामी विवेकानंदांनी हा श्लोक प्रसिद्ध केला.

११ सप्टेंबर २०१२ रोजी मी नवी दिल्लीतील रामकृष्ण मिशनमध्ये स्वामी विवेकानंदांच्या १५०व्या जयंतीनिमित्त भाषण केले. 'मदत करा आणि भांडू नका', 'एकजीव व्हा आणि विनाश करू नका', 'शांतता आणि सलोखा राखा, भांडण करू नका' या शब्दांनी मी माझ्या भाषणास सुरुवात केली. स्वामी विवेकानंदांनी हे तेजस्वी शब्द उच्चारल्यापासून आजपर्यंत ते दुमदुमत आहेत.

विरोधी संस्कृतींना अजूनही हे जग तोंड देत आहे, यावर मी माझ्या भाषणात भर दिला. हा विरोध मुख्यत: भिन्न भाषा, धर्म आणि संस्कृती यांमुळे निर्माण होतो. गरिबीमुळे त्यात भर पडते. जगाची जवळजवळ अर्धी लोकसंख्या यामुळे त्रस्त आहे. आता पर्यावरणीय आव्हानेदेखील राष्ट्रीय आणि सांस्कृतिक भागांच्या सर्वसामान्य समजुतीस भीती घालत आहेत. ग्रहावरील तारतम्यहीन खनिज तेलांच्या वापराने वातावरणात झालेल्या बदलांच्या परिणामांमुळे पर्यावरणीय वातावरण दबते आहे. पाण्याचा तुटवडा निर्माण होईल व जगाच्या ५० टक्के लोकांना त्याचे परिणाम भोगावे लागतील. जगातील मोठ्या लोकसंख्येला नवीन रोगांचा सामना करावा लागेल.

स्वामी विवेकानंद यांनी त्यांच्या सुप्रसिद्ध भाषणात सांगितलेली तत्त्वे अमलात आणणे आता येत्या काही वर्षांत जगातील देशांना अवघड आहे. आपणच आपल्याला काही परखड प्रश्न विचारले पाहिजेत : आपण सर्व मिळून पर्यावरणीय टिकाऊ मार्गाने जगण्यासाठी काही मार्ग काढू शकू का? गरिबी नसलेली समृद्धी आणि भयमुक्त शांतता आपल्याला लाभेल का? आपण जगभरातल्या सर्व नागरिकांना राहण्यायोग्य चांगल्या, शांत जागा देऊ शकतो का?

> *'गोष्टी करून घेण्याच्या कुशल कलेबरोबरच काही गोष्टी न करता सोडून देण्याचीही एक कुशल कला आहे. अनावश्यक गोष्टी काढून टाकण्यामध्ये जीवनाचा शहाणपणा आहे.'*[६७]

या शतकातील ज्या गंभीर समस्यांना लोकांना तोंड द्यावे लागत होते, त्या समस्या देशाच्या सीमा ओलांडून पलीकडे गेल्याचे माझ्या लक्षात आले होते. या बाहेरील देशांना नवीन दृष्टिकोण देण्याच्या आणि जागरूकता निर्माण करण्याच्या सुसंधी मी गमावता कामा नयेत. बीजींग फोरम २०१२चे बीजभाषण करण्यासाठी मला आमंत्रण आले तेव्हा मी खूश झालो.

विंग्ज ऑफ फायर हे पुस्तक २००२मध्ये प्रकाशित झाले. माझे दुसरे *गायडिंग सोल्स* हे पुस्तक २००७मध्ये प्रकाशित झाले. ही दोन्ही पुस्तके चीनमध्ये प्रकाशित झाल्यापासून मला चीनमध्ये जावयाचे होते. मात्र, माझ्या कामामुळे मी तेव्हा जाऊ शकलो नाही. जगाशी संबंधित बाबींबद्दल बोलण्यासाठी बीजींग फोरम २०१२ हा योग्य प्रसंग होता. अगदी पूर्वेकडे असलेल्या या थोर देशास भेट देण्याची माझी आकांक्षा पूर्ण होणार होती.

चीनने मला नेहमीच आकर्षित केले आहे. हजारो वर्षे टिकून राहिलेली जगातील ही संस्कृती आहे. चीनची संस्कृती केवळ जुनी म्हणून मी प्रभावित झालेलो नव्हतो; तर गेल्या ३० वर्षांत चीनने जगात

---

६७. लिन युतांग (१८९५-१९७६) हा चिनी लेखक होता. इंग्लिश आणि चिनी भाषेतील अनौपचारिक, पण सफाईदार शैलीमुळे विशेषत: तरुण पिढीतील तो एक प्रभावी लेखक होता. *माय कन्ट्री माय पीपल* या त्यांच्या उत्कृष्ट पुस्तकाची भारतीय आवृत्ती लिहिण्याचे डॉ. कलाम यांच्या मनात होते.

> **मनुष्यामधील, समाजातील आणि निसर्गातील अंध आणि दुर्लक्षित शक्तींवर आपल्या सदसद्विवेकबुद्धीने विजय मिळवण्यात माणसाचे पापविमोचन आहे.**

दाखवलेल्या ताकदीचे मला कुतूहल होते. माझ्या भाषणानंतर आयोजित केलेल्या बैठकीत या अद्‌भुत भूमीबद्दल मला त्यांच्या विद्वान नागरिकांकडून जाणून घेण्याची संधी होती.

मी माझे बीजभाषण २ नोव्हेंबर २०१२ रोजी केले. त्या वेळी राष्ट्रसंघाचे सरचिटणीस बॅन की मून आणि कोरियाचे माजी पंतप्रधान रो जय बॉँग हे इतर विशेष वक्त्यांसमवेत उपस्थित होते. आपला पृथ्वी हा ग्रह राहण्यायोग्य करण्याच्या दृष्टीने मी माझे विचार माझ्या भाषणात सांगितले. सर्वांची गरज सारखी असते, तेव्हा देश एकत्र येतात, याची मी सभागृहातील विद्वज्जनांना आठवण करून दिली. वातावरणातील बदल आणि पर्यावरणीय बाबी यांचा दबाव यांमुळे आपल्यावर ही वेळ आता आली आहे. पृथ्वीला राहण्यायोग्य ग्रह करण्याच्या दृष्टीने एक बहुव्याप्त योजना आखण्याची गरज आहे. जगभरातील सात अब्ज लोकांसाठी व्यवस्था, पाणी, ऊर्जा, आरोग्य आणि शिक्षण यांविषयीच्या समस्या केवळ आंतरराष्ट्रीय योजनेनेच सुटू शकतील.

दुसऱ्या दिवशीच्या दुपारच्या जेवणाच्या वेळी मी चायनीज पीपल्स इन्स्टिट्यूट ऑफ फॉरिन अफेअर्सच्या सभासदांना भेटलो. शेकडो वर्षांपासून होणारी आक्रमणे आणि परकीय राजवटी असूनही, भारत आणि चीन या दोन प्राचीन संस्कृती टिकून राहण्याच्या कारणांची आम्ही चर्चा केली. आमच्या चर्चे तून दोन महत्त्वाचे मुद्दे निष्पन्न झाले.

पहिला मुद्दा म्हणजे लोकांच्या स्वभावातील विशेष गुण! आपण जर भारतीय आणि चिनी लोकांच्या गुणवैशिष्ट्यांची यादी केली तर आपल्या बऱ्याच समान गोष्टी आढळतील. साधेपणा, निसर्गाबद्दल प्रेम, धीर, आंतरराष्ट्रीय घडामोडींबद्दल अलिप्तता, 'जग काही सुधारणार नाही, मला माहितेय,' हा दृष्टिकोण, जमिनीची सुपीकता आणि शेती, उद्योग, काटकसरीपणा, कुटुंबाबद्दल प्रेम, शांततावाद, समाधानी वृत्ती, विनोदबुद्धी, परंपरावादी आणि भावविवशता. हे स्वभावगुण वेगवेगळ्या प्रांतांनुसार कमीजास्त होत असतील पण साधारणपणे ही काही एकसारखी वैशिष्ट्ये आहेत. ही गुणवैशिष्ट्ये भारतीय आणि चिनी लोकांना मंगोल आणि युरोपीय लोकांपेक्षा वेगळे ठरवतात; ज्यांनी काही काळ तरी स्वत:चे कामकाज सांभाळले.

या चर्चेतील दुसरा मुद्दा म्हणजे या दोन देशांमधील प्राचीन संस्कृतीची गुणवत्ता. जे आक्रमक येथे आले, त्यांना या संस्कृतीमुळे आपल्या देशात परत जाण्याऐवजी इथेच राहणे मानवले. या प्रकारची राजकीय संकटे येऊनसुद्धा भारतीय आणि चिनी संस्कृतीस टिकून राहणे कसे काय शक्य झाले? रोमसारख्या काही संस्कृतींचा आक्रमकांनी नाश केला असताना या दोन प्राचीन संस्कृती कशामुळे टिकून राहिल्या? या दोन थोर भूमी सांस्कृतिक दृष्ट्या स्थिर कशामुळे राहिल्या?

आमच्या गटाने असा निष्कर्ष काढला की, भारतीय आणि चिनी संस्कृती टिकून राहिली ती केवळ त्यांच्या कुटुंबसंस्थेमुळे. भारत आणि चीन या देशांमधली कुटुंबसंस्था इतकी उत्तम रीत्या रुजलेली होती, की त्याची मुळे विसरणे माणसाला शक्यच झाले नाही. हे सामाजिक चिरंतनत्व हे या धर्मांचे वैशिष्ट्य आहे. कोणत्याही भौतिक गोष्टींपैक्षा भारतीय आणि चिनी लोकांना मिळालेली ही देणगी आहे. वंशपरंपरागत

चालत आलेल्या धार्मिक कृत्यांमुळे ती वाढत राहिली आणि त्याची जाणीव भारतीय आणि चिनी लोकांच्या आत्म्यामध्ये खोलवर जाऊन रुजली आहे.

या चिरंतनत्वाचा भाग बनण्यासाठी आक्रमक इतके उत्सुक होते, की भारतीय आणि चीन लोकांच्या कुटुंबांमध्ये ते मिसळून गेले. कळत नकळत त्यांच्यातही ही जाणीव निर्माण झाली की, माणूस जेव्हा मरतो, तेव्हा फक्त त्याचे जगणे थांबते, असे नाही; तर कुटुंबाच्या प्रवाहात त्याचे अस्तित्व राहत असते.

> *'तारुण्य म्हणजे आयुष्यातला काही काळ नव्हे, तर ती मनाची एक अवस्था आहे. तो एक इच्छेचा स्वभाव आहे. कल्पकतेची गुणवत्ता आहे.'*[६८]

चीनला जाऊन आल्यानंतर काही दिवसांनी गुजरातचे मुख्यमंत्री नरेंद्र मोदीजी यांनी माझ्याशी गुप्त चर्चा करण्यासाठी मला आमंत्रित केले. भारतातील तरुणांना त्यांच्या योग्यतेप्रमाणे संधी देता याव्यात याकरिता सरकार आणि उद्योगधंद यांमध्ये काय बदल करायला हवेत; यावर त्यांना चर्चा माझ्याशी चर्चा करायची होती. एकोणतीस जून २०१३ रोजी सरकारमधील महत्त्वाच्या व्यक्तींसमवेत ही चर्चा झाली. नरेंद्र मोदी यांच्याशी माझे काही वर्षांपासून अगदी चांगले संबंध होते. मुख्यमंत्री नरेंद्र मोदी हे आत्मविश्वास असलेले नेता होते. ऊर्जेचे नूतनीकरण झाले पाहिजे आणि राज्यात सुधारणा व्हायला हव्यात, यासाठी त्यांची असलेली बांधिलकी स्तुत्य होती.

भारत हा विकसित देश व्हावा म्हणून मी जे सात टप्पे माझ्या *स्क्वेअरिंग द सर्कल* या पुस्तकात लिहिले होते त्यांविषयी आम्ही बोललो.

१. प्रत्येक गोष्टीत कारण आणि परिणाम हा निखळ कायदा समजावून घ्या. चुकीच्या नेत्याला मत देण्याने केवळ दु:ख आणि उदासी येते, असे नव्हे, तर आपल्या लोकशाही देशाचे दैवच बदलते.
२. सामाजिक, आर्थिक विषमतेच्या आणि इतिहासातील फाळणीच्या सत्याला सामोरे जा. अल्पसंख्य, वंचित आणि गरीब लोकांचा उदारपणे विचार करा आणि त्यांच्यासाठी विशेष प्रयत्न करा.
३. सर्जनशील मनाचा विकास व्हावा, चांगले एकसंध व्यक्तिमत्त्व असावे आणि समाजाचा एक उपयुक्त घटक म्हणून क्षमता यावी, यासाठी जगाकडे चुकीच्या दृष्टिकोणातून पाहणे सोडून शिक्षणपद्धतीत सुधारणा घडवून आणा.
४. सामाजिक समस्या सोडवण्यासाठी सामाजिक साहसी उपक्रमांस प्रोत्साहन द्या, त्यात वाढ करा. तंत्रज्ञान केंद्रीभूत धरून समाजांमध्ये व पर्यावरणात समाजाच्या अगदी तळापर्यंत सुधारणा करा.
५. अणुशक्ती, सौर, वारा आणि नूतनीकरण होण्यासारखी ऊर्जा यांच्या साह्याने २०३०पर्यंत ऊर्जेच्या बाबतीत स्वावलंबी बना. किंमत चुकती करता येण्याची ऐपत असो किंवा नसो; आपल्या सर्व नागरिकांना जीवनासाठी आवश्यक असलेली ऊर्जा पुरवा.

---

६८. सॅम्युएल उलमन (१८४०-१९२४) हा अमेरिकन उद्योजक आणि कवी होता. 'युथ' नावाची त्यांची कविता डॉ. कलाम यांच्या आवडत्या कवितांपैकी एक होती. 'तुमचा विश्वास असेल तेवढे तुम्ही तरुण आहात, तुमच्या मनात शंका असतील तेवढे तुम्ही म्हातारे आहात; आत्मविश्वास असेल तेवढे तरुण आहात आणि तुमच्या मनात जितके भय असेल तितके तुम्ही वृद्ध आहात.'

६. सायबर आणि दहशतवादी यांच्या हल्ल्यांपासून देशाचे संरक्षण कण्यासाठी पुढाकार घेण्याच्या दृष्टीने टेलिफोनच्या संपर्कयंत्रणेचे, माहिती तंत्रज्ञानाचे आणि इलेक्ट्रॉनिक्स उत्पादनाचे स्थानिकीकरण करणे
७. सामाजिक लोकशाहीचा मार्ग अनुसरून जगातील अर्थव्यवस्थेशी जुळवून घ्या आणि आपला ग्रह अधिक राहण्यायोग्य करण्यासाठी जगाचे नेतृत्व आपल्याकडे घ्या.

भारतीय आणि चिनी संस्कृती टिकून राहिली
ती केवळ त्यांच्या कुटुंबसंस्थेमुळे. भारत आणि चीन या देशांमधली
कुटुंबसंस्था इतकी उत्तम रीत्या रुजलेली होती,
की त्याची मुळे विसरणे माणसाला शक्यच झाले नाही.

सततच्या व्यापांमध्ये वर्षे उलटून चालली होती. माझे बरेच मित्र आणि सहकारी मृत्यू पावले होते. काही जण व्याधिग्रस्त झाले होते, तर काही वृद्धापकाळाचे परिणाम सोसत होते. १५ फेब्रुवारी २०१३ रोजी १९८२पासून माझा जवळचा मित्र आणि जवळचा सहकारी असलेला, जनरल आर. स्वामीनाथन याचे निधन झाले. डिफेन्स रिसर्च ॲण्ड डेव्हलपमेंट लॅबोरेटरीमध्ये मी संचालक असताना स्वामीनाथन हा माझा उजवा हात होता. मी तिथे सरसंचालक झालो तेव्हा तो DRDOमध्ये हेडक्वार्टर्सला होता. तो काही दिवस आजारी होता, त्यामुळे त्याचा मृत्यू मला तसा आश्चर्यकारक नव्हता. तरीसुद्धा मी मृत्यूकडे तात्त्विक दृष्टिकोणातून पाहत असतानाही त्याचा मृत्यू मला खोलवर दुःख देऊन गेला.

त्यानंतर साधारण वर्षभरानी माझे आध्यात्मिक गुरू, प्रमुख स्वामीजी हे गंभीर आजारी असल्याचे कळल्यावर स्वामीनाथन याच्या जाण्यानेच कदाचित मला त्यांची काळजी वाटू लागली. प्रमुख स्वामीजींनी खाणे सोडले होते व ते अंथरुणाला खिळले होते. त्यांची काळजी घेणाऱ्या अनुयायांकडून जे द्रवपदार्थ दिले जात होते, त्यावरच ते होते. त्यांना जाऊन भेटायचे मी लगेचच ठरवले.

११ मार्च २०१४ रोजी मी गुजरातमधील राजकोटजवळ असलेल्या सारंगपूरला गेलो. अशा अवस्थेतसुद्धा प्रमुख स्वामीजी आनंदी आणि तेजस्वी दिसत होते. त्यांच्यातून शांती आणि प्रकाश पाझरत होता. ते जरासुद्धा कण्हत नव्हते किंवा त्यांची कसली तक्रारही नव्हती. ते काही बोलले नाहीत; पण त्यांनी माझ्या डोळ्यांत बघितले. दहा मिनिटांपेक्षा जास्त वेळ माझे हात त्यांनी हातात धरून ठेवले. निघण्यापूर्वी त्यांनी मला जपमाळ दिली. तिथले सगळे साधू आनंदित झाले.

दिल्लीला परतल्यावर मी काही काळ शांत मननचिंतन करत बसलो. प्रमुख स्वामीजींच्या प्रत्येक भेटीत मला आतून काहीतरी ज्ञान होत असते. त्यांच्या उपस्थितीत मला माझे खरे अस्तित्व जास्त कळू लागते. प्रमुख स्वामीजी हे जगातील लक्षावधी लोकांचे गुरू आणि मार्गदर्शक होते. त्यांचे जीवन हे देण्याचे आणि उत्कृष्टतेच्या निर्मितीचे उदाहरण होय.

काही महिन्यांनी प्रमुख स्वामीजींची प्रकृती सुधारली. पुन्हा दर्शन देण्याइतके त्यांना बरे वाटू लागले. ते आमच्यामध्ये असतानाच त्यांना मानवंदना देण्याच्या दृष्टीने त्यांच्यावर आपण एक पुस्तक लिहावे असे मला वाटू लागले. ते म्हणजे उत्कृष्टतेचे मूर्तिमंत रूप असल्याने पुस्तकाचे नाव *Transcendence : My*

Spiritual Experience with Pramukh Swamiji असे ठेवावे असा मी विचार केला. त्या वर्षी Transcendence हा माझा सगळ्यात महत्त्वाचा प्रकल्प होता.

हे पुस्तक मला त्यांच्या हातात द्यायचे होते. प्रमुख स्वामीजींची प्रकृती लक्षात घेता पुस्तकाचे काम तातडीने व्हायला हवे होते. २०१५च्या एप्रिलमध्ये मी माझे लेखन प्रकाशकाकडे पाठवल्यानंतर जवळजवळ दररोज मी त्याबाबतची प्रगती विचारत होतो. कमीत कमी वेळेचा उच्चांक गाठून घट्ट बांधणी केलेले पुस्तक माझ्या हातात १५ जून २०१५ या दिवशी पडले. मी लगेचच प्रमुख स्वामीजी यांच्याशी माझी भेट घालून देण्यासाठी फोन केला.

स्वामीजींना पुस्तक भेट देणे हे मला यात्रा केल्यासारखे वाटत होते. १९ जून २०१५ रोजी मी अहमदाबादला पोहोचलो. खरी यात्रा पायी चालून करतात; पण माझ्या वृद्धत्वामुळे सारंगपूरपर्यंत चालत जाणे मला शक्य नव्हते. म्हणून मग मी हेलिकॉप्टरने न जाता, रस्ते फार खराब होते तरी, कार करून रस्त्याने जायचे ठरवले. त्या रात्री दीड वाजता पुस्तकाची पहिली प्रत हातात धरून मी यावर कशी सही करावी, याचा विचार करू लागलो. थोडा विचार करून मी पहिल्या पानावर लिहिले, 'महाप्रमुख स्वामीजी, पूज्य आध्यात्मिक गुरू, सादर.'

२० जून २०१५ या दिवशी सारंगपूर येथील समारंभात मी स्वामीजींना पुस्तक भेट दिले. पुस्तक देताना मी त्यांना म्हणालो, 'तुम्ही थोर शिक्षक आहात. थोर आध्यात्मिक गुरू. मीपणा, माझेपणा हे विसरण्याचा मोठा धडा मी तुमच्याकडून शिकलो.'

त्यानंतर सभागृहातील स्वामीनारायण साधू आणि ३,००० तरुणांचे मी स्वागत केले. मी त्यांना विचारले,

> 'पृथ्वी हा ग्रह राहण्यायोग्य करण्यासाठी तुम्हांला काय करायला आवडेल? तुम्हांला स्वतःचा विकास करावा लागेल. स्वतःच्या जीवनास आकार द्यावा लागेल. तुम्ही ते पेनने कागदावर लिहा. मानवी इतिहासाच्या पुस्तकातील ते कदाचित महत्त्वाचे पान असेल. देशाच्या इतिहासात तुम्ही असे पान निर्माण केलेत म्हणून तुमची सदैव आठवण राहील. कदाचित त्या पानात कशाचा तरी शोध घेतलेला असेल. त्या पानात काही नवीन उपक्रम असेल किंवा अज्ञात गोष्ट प्रथम शोधून काढली असेल. एखादा सामाजिक बदल त्यात घडवून आणला असेल किंवा गरीबी हटवणारे ते पान असेल. अन्यायाविरुद्ध लढण्याचे ते पान असेल किंवा नद्यांचे जाळे विणण्याचे कार्य करण्याची योजना आणि त्याची अंमलबजावणी यासंबंधी त्या पानात लिहिलेले असेल किंवा त्या पानावर हा ग्रह राहण्यायोग्य होण्यासाठी स्वच्छ वातावरण असेल आणि सौरऊर्जाही असेल.'

दिल्लीला परत जाताना मला शांत वाटत होते. माझा हेतू साध्य झाल्याचा आणि पूर्णत्वाचा तो प्रवास होता. मला जे लिहिणे गरजेचे वाटत होते ते सारे मी लिहिले होते. माझे काम मी माझ्या शिक्षकांकडे सुपूर्द केले होते. प्रमुख स्वामीजींशी माझी पुन्हा भेट होईल की नाही, मला माहीत नव्हते; पण आमच्यामध्ये एक कायम टिकाणारा पवित्र बंध तयार झाला होता. प्रमुख स्वामीजींच्या माग्रदर्शनाने माझ्या आध्यात्मिक जीवनात एक निश्चित टप्पा तयार झाला होता. त्यांनी मला देवाच्या कक्षेत नेऊन ठेवले होते. आता मी आणखी काहीही करण्याची मला गरज नव्हती. मी आता माझ्या अंतिम स्थितीला येऊन शाश्वत ठिकाणी पोहोचलो होतो. मी शांत झालो होतो. ❑

१२ उत्कृष्टता

'सुख आणि दु:ख यांच्यामधील झगडा ही आजपर्यंत चालत आलेली माणसाच्या अस्तित्वाची कहाणी आहे. शांतता आणि युद्ध यांमधील झगडा हाच मानववंशाचा इतिहास आहे. हे बदलले पाहिजे. या साऱ्या भांडणांमध्ये जी शक्ती आपल्याला शाश्वत विजयाकडे नेते, तीच शक्ती आपल्यातील भलेपणाची शक्ती आहे.'[६९]

अवुल पाकीर जैनुलाब्दीन अब्दुल कलाम विमान उड्डाणातील इंजिनिअर, क्षेपणास्त्र शास्त्रज्ञ, मिसाइल मॅन, राष्ट्रपती, द्रष्टा, शिक्षक आणि आठवणीत असलेल्यांपैकी सगळ्यात प्रेरणादायक व्यक्ती होते आणि आणखीही काही होते. सगळ्यात लोकप्रिय वादातीत भारतीय राष्ट्रपती आणि महात्मा गांधींनंतर सगळ्यात आदरणीय भारतीय नेता. त्यांच्या लक्षणीय जीवनात त्यांनी उत्कृष्टतेचे सर्व मापदंड ओलांडले; आणि हे सारे त्यांनी विनम्रतेने व आनंदाने केले.

या थोर माणसाकडून शिकण्यासारखे पुष्कळच आहे. किमान श्रद्धा तरी कुणीही शिकून घ्यावी. डॉ. कलाम हे स्वत: श्रद्धेच्या शक्तीबद्दल अनेकदा बोलले आहेत. त्यांनी त्यांच्या यशाचे कधीही श्रेय घेतले नाही. उलट, ते नेहमी म्हणत की, परमेश्वराच्या हाती मी स्वत:ला सोपवल्यावर माझे प्रयत्न द्विगुणित होत आणि मला ताकद देत. ते नेहमी वडिलांनी सांगितलेले आठवत असत की, तू नेहमी शून्य असतोस आणि देव एक असतो. शून्य जर एकाच्या डावीकडे ठेवले तर फक्त एक उरतो. माणसाची मूळ स्थिती हीच आहे - शून्य! पण परमेश्वराला जर आपल्यावर कृपा करायची असेल तर तो शून्याला एकाच्या उजव्या बाजूला ठेवतो आणि मग तू दहा होतोस. मग तुला मोल येते.'

डॉ. कलाम यांनी असे आदर्श उभे केले की, ते इतरांना प्रेरणादायक ठरले. त्यांच्यासाठी आणि देशासाठी काम करणाऱ्या सहकाऱ्यांसाठी ते एक उदाहरण ठरले.

---

६९. ए.पी.जे. अब्दुल कलाम, अरुण तिवारी, *ट्रान्सेंडांसी*, हार्पर कॉलिन्स, २०१५. पृष्ठ xii-xiii.

श्रद्धेची ताकद हा एक सगळ्यात मोठा धडा डॉ. ए.पी.जे. अब्दुल कलाम यांच्या जीवनावरून शिकून घेतल्यावर, कल्पकतेची सुप्त शक्ती हा दुसरा धडा शिकता येईल. लहान गावातील कनिष्ठ मध्यमवर्गीय कुटुंबातील असल्यामुळे कलाम या तरुणाकडे ना कुटंबाचे नाव होते, ना पैसा; की ज्याच्यावर ते अवलंबून राहू शकतील. ते जन्मत:च प्रज्ञावंत होते अशातलाही भाग नाही. पण केवळ प्रतिभेच्या जोरावर त्यांच्या पिढीतील ते सर्वात निपुण भारतीय बनले. त्यांच्या शिकण्याच्या किंवा त्यांनी जे काही जीवनात संपादन केले त्याच्या आड काहीही येऊ शकले नाही. त्यांच्या दूरदृष्टीमुळे प्रत्येक गोष्ट त्यांना शक्य वाटत होती. त्यांनी निर्माण केलेल्या क्षेपणास्त्राप्रमाणेच त्यांचा कारकिर्दीचा मार्ग अत्यंत प्रेरणादायी होता.

डॉ. कलाम यांना आयुष्यभर प्रतिभेची ताकद पूर्णपणे पटलेली होती. ते नेहमी म्हणत असत की, मुले त्यांची कल्पनाशक्ती वापरत आहेत याची खातरी पालकांनी व शिक्षकांनी करून घेणे हे त्यांचे कर्तव्य आहे. स्वप्ने, दूरदृष्टी, आणि आकांक्षा यांविषयी ते जसे प्रौढ लोकांशी बोलत तसेच ते लहान मुलांशीही बोलत; कारण तीच यशस्वी जीवनाची किल्ली आहे असा त्यांचा ठाम विश्वास होता.

अर्थात काम केले नाही तर नुसत्या प्रतिभेने किंवा कल्पकतेने तुम्हांला फारच कमी साध्य होईल. डॉ. कलाम हे वर्गात पहिल्या दहातले नेहमी नसतीलही. पण कठोर मेहनत करण्याची आश्चर्यकारक क्षमता त्यांच्याकडे होती आणि म्हणून त्यांनी शैक्षणिक यश मिळवले. हीच तीव्रता कमी न करता नंतरच्या आयुष्यात काम करताना त्यांनी त्यांच्या स्वप्नांचे अनुसरण केले. मग ते काम म्हणजे नाव बांधणे असो, कक्षेमध्ये उपग्रह बसवणे असो, की पुस्तक लिहिणे असो; त्यात फरक नव्हता. कित्येक दिवस, महिने, वर्षे; जोपर्यंत त्यांचे कार्य पूर्णत्वाला जात नाही तोपर्यंत ते ठामपणे आणि शांतपणे आपल्या उद्दिष्टाकडे वाटचाल करत राहिले. अडथळ्यांना तोंड देताना ते डगमगले नाहीत आणि उद्दिष्ट प्राप्त केल्यानंतरही ते नम्रच राहिले.

डॉ. कलाम यांना मी एकदा विचारले की, 'आयुष्याकडे ते कसे पाहतात?' ते स्वत: जसे वास्तववादी होते तितक्याच मोकळेपणाने त्यांनी उत्तर दिले. ते म्हणाले, 'मी तरुण होतो, तेव्हा मी नेहमीच सदसद्विवेकबुद्धीच्या आज्ञेनुसार वागत आलो. माझे पालक, माझी बहीण झोहरा व माझा भाऊ आणि माझे इतर कुटुंबीय, शिक्षक आणि माझ्या गरजेच्या वेळी मला मदत करणारे यांच्याबद्दल माझ्या मनात नेहमीच आपुलकी होती. चांगल्या-वाईट हेतूने जे कुणी माझ्या वाटचालीत मला भेटले, त्यांना मी सारख्याच आदराने पाहिले. कारण त्यांनी माझ्याशी चांगले वागावे की वाईट वागावे, ही देवाचीच इच्छा होती. मी नेहमीच उन्माद किंवा कैफ आणि मोह यांच्यापासून दूर राहिलो. मी माझी बहुतेक सर्व कमाई दान करून टाकली व त्याबद्दल कुणालाही काही कळू देण्यास मनाई केली. माझ्याकडे जेव्हा नेतृत्व दिले गेले, तेव्हा मी न्याय्य पद्धतीने वागलो. दु:ख आणि क्लेश यांनी व्यथित झालेले माझे मन धुऊन टाकणारे अश्रू माझ्या डोळ्यांतून वाहत आहेत, अशा परिस्थितीत मी देवाला स्मरत असताना मला एकटे असायला आवडते, असे माझे धोरण होते.'

जीवनाकडे पाहण्याचा डॉ. कलाम यांचा नैतिक दृष्टिकोण या शब्दांमधून दिसून येतो. डॉ. कलाम हे मूर्तिमंत प्रामाणिक होते. त्यातच त्यांचे पूर्णत्व होते असे ते समजत. जणू ते पूर्णांक होते. डॉ. कलाम यांच्या नीतिपूर्ण वागण्यामुळेच बहुधा त्यांच्या कार्याचा गौरव केला गेला. जसे फसवून परीक्षा देणारा मुलगा विशेष गुणवत्ता प्राप्त करून उत्तीर्ण झाला तरी त्याला काही अर्थ नसतो; तसेच डॉ. कलाम हे अप्रामाणिक असते किंवा भ्रष्टाचारात गुंतलेले असते तर त्यांची किंमत राहिली नसती. इतरांपेक्षासुद्धा डॉ. कलाम स्वत:च्या बाबतीत प्रामाणिकपणाचे कठोर निकष लावत असत. त्यांची अशीच तऱ्हा होती.

डॉ. कलाम यांनी असे आदर्श उभे केले की, ते इतरांना प्रेरणादायक ठरले. त्यांच्यासाठी आणि देशासाठी काम करणाऱ्या सहकाऱ्यांसाठी ते एक उदाहरण ठरले. डॉ. ए.पी.जे. अब्दुल कलाम यांच्या जीवनातून हा सगळ्यात मोठा धडा आपण शिकला पाहिजे. त्यांचे शब्द काळजीपूर्वक लक्षात घेऊन त्यांच्या आदर्शानुरूप आपण वागलो, तर आपल्याला नक्कीच अधिक चांगले आणि अधिक समाधानी जीवन मिळेल. ते जसे जगले तसे तुम्ही तत्त्वाने जगा, त्यांनी जसे काम केले तसे विश्वासाने काम करा आणि तुमची स्वप्ने पूर्ण करण्यासाठी तुम्ही त्यांचा पिच्छा पुरवा.

'मी कुठेही गेलेलो नाही
या थोर भूमीवर मी विहिरीप्रमाणे राहीन
तिच्या लाखो मुलांकडे पाहत
त्यांनी माझ्याकडून काढून घ्यावे
कधीही न संपणारे पावित्र्य
आणि देवाची कृपा सर्वत्र पसरवावी
जसे विहिरीतून पाणी काढले जाते.' [७०]

❑

७०. ए.पी.जे. अब्दुल कलाम अरुण तिवारींबरोबर, *विंग्ज ऑफ फायर*, युनिव्हर्सिटी प्रेस, १९९९.

कालानुक्रम

१९३१	:	तमिळनाडूमधील रामेश्वरम येथे १५ ऑक्टोबर रोजी जन्म.
१९४६-५०	:	तमिळनाडूतील रामनाथपुरम इथल्या श्वार्ट्झ उच्च माध्यमिक शाळेत शिक्षण.
१९५४	:	तमिळनाडूमधील तिरुचिरापल्ली येथील सेंट जोसेफ कॉलेजमधून भौतिकशास्त्रात पदवी.
१९५८	:	मद्रास इन्स्टिटट्यूट ऑफ टेक्नॉलॉजीमधून त्यांनी एरोनॉटिकल इंजिनिअरिंग पूर्ण केले आणि डायरेक्टोरेट ऑफ टेक्निकल डेव्हलपमेंट ॲण्ड प्रॉडक्शन DTD&P (Air) मध्ये रुजू झाले.
१९५९	:	एरोनॉटिकल डेव्हलपमेंट एस्टॅब्लिशमेंट (ADE)मध्ये पहिल्या बॅचमध्ये भरती झाले. ADE ही संस्था HAL या संस्थेस संशोधन आणि विकास यांची मदत करण्यासाठी DRDOने निर्माण केली होती.
१९६२	:	भारतीय अवकाश संशोधनास आकार देण्यासाठी भारत सरकारने स्थापन केलेल्या इंडियन नॅशनल कमिटी फॉर स्पेस रिसर्च (INCOSPAR) या संस्थेत ते काम करू लागले.
१९६३	:	अमेरिकेतील नासाने त्यांना लँगली रिसर्च सेंटर (LaRC), गोदार्द स्पेस फ्लाइट सेंटर (GSFC) आणि वालॉप्स फ्लाइट सेंटर (WFC) येथे प्रशिक्षण दिले.
१९८०	:	१८ जुलै रोजी भारताने रोहिणी उपग्रहाचे पृथ्वीवरील ४०० किलोमीटर कक्षेमध्ये SLV-3सह प्रक्षेपण करून स्पेस क्लबमध्ये पदार्पण केले. डॉ. कलाम हे या प्रकल्पाचे प्रकल्प प्रमुख होते.
१९८१	:	भारताचा तिसऱ्या क्रमांकाचा 'पद्मभूषण' हा नागरी सन्मान त्यांना देण्यात आला. डॉक्टर ऑफ सायन्स ही सन्माननीय पदवी पहिल्यांदा अन्ना युनिव्हर्सिटीकडून त्यांना प्रदान करण्यात आली. त्यानंतर त्यांना अशा प्रकारच्या ४८ सन्मानदर्शक पदव्या मिळाल्या.
१९८२	:	डॉ. कलाम DRDOला परतले आणि त्यांनी हैदराबाद येथील डिफेन्स रिसर्च ॲण्ड डेव्हलपमेंट लॅबोरेटरी (DRDL) या भारतीय क्षेपणास्त्र तंत्रज्ञानाचा विकास करणाऱ्या नोडल एजन्सीमध्ये संचालक म्हणून कार्यभार स्वीकारला.
१९८८	:	२५ फेब्रुवारीला सरफेस-टू-सरफेस मिसाइल सिस्टिम पृथ्वीची यशस्वी चाचणी.

हैदराबादमध्ये जागतिक दर्जाची मिसाइल इन्टिग्रेशन फॅसिलिटी, रिसर्च सेंटर इमरत (RCI) याची सुरुवात झाली.

१९८९ : २२ मे रोजी इंटरमिजिएट रेंज बॅलिस्टिक मिसाइल सिस्टिम अग्नी याची यशस्वी चाचणी प्रक्षेपित झाली.

१९९० : भारताचा दुसऱ्या क्रमांकाचा नागरी पुरस्कार 'पद्मविभूषण' प्रदान करण्यात आला.

१९९२ : संरक्षणमंत्री आणि डायरेक्टर जनरल डिफेन्स रिसर्च अॅण्ड डेव्हलपमेंट ऑर्गनायझेशन (DRDO) यांचे वैज्ञानिक सल्लागार म्हणून नेमणूक.

१९९७ : 'भारतरत्न' हा भारतातील सर्वोच्च सन्मान सर सी. व्ही. रामन यांच्यानंतर मिळणारे डॉ. कलाम हे दुसरे शास्त्रज्ञ.

१९९८ : मे महिन्यात भारताने केलेल्या पोखरण II अणुबाँब चाचण्यांचे प्रमुख प्रकल्प संयोजक.

१९९९ : सरकारचे 'प्रमुख वैज्ञानिक सल्लागार' हे केंद्रीय मंत्री दर्जाचे असलेले पद त्यांना देण्यात आले.

२००१ : टेक्नॉलॉजी अॅण्ड सोसायटल ट्रान्सफॉर्मेशनचे प्राध्यापक म्हणून अन्ना युनिव्हर्सिटीमध्ये काम करू लागले.

२००२-२००७ : भारताचे राष्ट्रपती

२००९ : इंटरनॅशनल व्हॉन कर्मन विंग्ज अॅवार्ड आणि हूवर मेडल हे आंतरराष्ट्रीय पुरस्कार प्रदान करण्यात आले.

२०१५ : २७ जुलै रोजी शिलाँग येथील इंडियन इन्स्टिट्यूट ऑफ मॅनेजमेंट (IIM) येथे त्यांचे निधन झाले.

डॉ. कलाम यांचे महत्त्वाचे प्रकल्प

डायमंट (डायमंडला फ्रेंचमध्ये डायमंट असे म्हणतात.) रॉकेट टप्पा चार

डायमंट एअरफ्रेमसाठी अनुरूप असे SLV-3चे, चौथ्या टप्प्याचे डिझाइन डॉ. कलाम यांनी सुधारून तयार केले. डायमंट हा रॉकेट उडवण्याचा पहिला लाँचर होता. ती तेवढी एकच गोष्ट होती, जी अमेरिकेने किंवा रशियाने बनवली नव्हती. ४०० मिलीमीटरचा व्यास बदलून ६५० केला गेला आणि क्षेपणास्त्रास गती देणारे जे प्रॉपिलंट होते, ते २५० किलोवरून ६०० किलोवर गेले होते. डायमंट रॉकेटच्या तिसऱ्या आणि अधिक वरच्या टप्प्याचा नवीन आराखडा विकसित करण्यास त्या संघाला दोन वर्षे लागली. फ्रान्सने सप्टेंबर १९७५मध्ये राष्ट्रीय लाँचर प्रोग्रामची चौथ्या टप्प्याची फ्लाइट ट्रायलची यशस्वी रीत्या चाचणी घेतली. पण त्यानंतर युरोपीय एरियाने लाँचरसाठी फ्रान्सने अचानक हा प्रोग्राम सोडून दिला. हा प्रयत्न काँपोझिट मटेरिअल टेक्नॉलॉजी भारतामध्ये पोहोचली याचे द्योतक होता. फिलामेंट मशीन हे पहिल्यांदा Thumba Equatorial Rocket Launching Station (TERLS) त्रिवेंद्रम येथे स्थापन करण्यात आले.

उपग्रह लाँच व्हेइकल

सॅटेलाइट लाँच व्हेइकल (SLV-3) हे भारताचे पहिले प्रायोगिक उपग्रह लाँच व्हेइकल होते. हे ऑलसॉलिड चौथ्या टप्प्याचे व्हेइकल वजनाने १७ टन होते. त्याची उंची २२ मीटर होती. लो अर्थ ऑरबिट (LEO)मध्ये ४० केजी क्लास पेलोड्स ठेवण्याइतकी त्याची क्षमता होती. ज्या रचनांमधून याची निवड झाली होती, तो तिसऱ्या क्रमांकाचा पर्याय असल्यामुळे याला SLV-3 असे म्हटले गेले. SLV-1 किंवा SLV-2 कधी तयार केले गेले नाहीत.

श्रीहरीकोटा रेंजमधून (SHAR) १८ जुलै १९८० रोजी SLV-3चे यशस्वी आरोहण झाले. रोहिणी उपग्रह आरएस-१ कक्षेत बसवला गेला, तेव्हा भारत एक्सक्लूजिव्ह क्लब ऑफ स्पेस फेअरिंग नेशन्सचा सहावा सभासद झाला. या व्हेइकलने ठरवून दिलेल्या मार्गाने प्रवास करावा यासाठी ३ ऑगस्ट १९७९ रोजी SLV-3चे पहिले प्रायोगिक उड्डाण केवळ काही अंशी यशस्वी झाले. जुलै १९८०मधल्या उड्डाणानंतर मे १९८१ आणि एप्रिल १९८३ अशी दोन उड्डाणे झाली. ते उपग्रह रोहिणी उपग्रहाच्या कक्षेत भ्रमण करत होते व त्यांनी बरोबर रिमोट सेन्सिंग सेन्सर्स वाहून नेले होते.

प्रयत्नांची पराकाष्ठा करून SLV-3 प्रकल्प यशस्वी झाल्याने ऑगमेंटेड सॅटेलाइट लाँच व्हेइकल (ASLV), पोलर सॅटेलाइट लाँच व्हेइकल (PSLV), आणि जिओसिंक्रॉनस सॅटेलाइट लाँच व्हेइकल (GSLV) अशा प्रगत लाँच व्हेइकल्स प्रकल्पांचा मार्ग खुला झाला.

रोहिणी उपग्रह

इंडियन स्पेस रिसर्च ऑर्गनायझेशन (ISRO)कडून लाँच झालेल्या उपग्रहांच्या मालिकेचे नाव 'रोहिणी' असे होते. आरएस-१ हा १६ वॅट इतकी पॉवर हँडलिंग क्षमता असलेला, ३५ किलोचा प्रायोगिक स्पिन स्टॅबिलाइज्ड उपग्रह होता. हा SLV-3कडून ३०५ × ९१९ किलोमीटर ४४.७° इतका तिरपा असा सोडण्यात आला. उड्डाणाच्या अवस्थेत SLV-3चे चौथ्या टप्प्याचे सर्व निकष जमिनीवरील केंद्रांवर आरएस-१ने दूरवरून संदेश पोहोचण्याची यशस्वी व्यवस्था केली होती. उपग्रहाचे कक्षीय आयुष्य नऊ महिन्यांचे होते. उपग्रहाबरोबर डिजिटल सौर सेन्सर, मॅग्नेटोमीटर आणि टेंपरेचर सेन्सर्स होते. ॲल्युमिनिअम ॲलॉयने त्याची बांधणी केली होती. उपग्रहाचे क्षेपणास्त्र आयुष्य १.२ वर्षे होते आणि कक्षीय आयुष्य २० महिन्यांचे होते.

रिसर्च सेंटर इमारत (आरसीआय)

१९७०च्या दशकात DRDOने साधारण २,१०० एकर जमीन रणगाडाविरोधी क्षेपणास्त्र चाचण्यांसाठी जागा विकसित करण्याच्या हेतूने संपादन केली होती. इंटिग्रेटेड गायडेड मिसाइल डेव्हलपमेंट प्रोग्राममधले सुरुवातीचे आव्हान आवश्यक ते मूलभूत तंत्रज्ञान विकसित करणे हे आहे हे लक्षात घेऊन, स्पेशल मटेरिअल्स, रोवलेले इलेक्ट्रॉनिक्स आणि सॉफ्टवेअर यांची व्यवस्था अशा प्रकारचे फ्रंटलाइन संशोधन करण्यासाठी डॉ. कलाम यांनी एक आदर्श उच्च तंत्रज्ञान संशोधन केंद्र उभारण्याचे ठरवले. यामध्ये क्षेपणास्त्र कार्यक्रमाची बांधणी यशस्वी रीत्या करता येईल अशा बेडरॉकचा समावेश होता.

क्षेपणास्त्र कार्यक्रमाचे मूल्यमापन आणि चाचणी या सुविधाही यात करण्यात आल्या. ऑगस्ट १९८५मध्ये पंतप्रधान राजीव गांधी यांनी नवीन सोयीसुविधांसाठीचा पायाचा दगड बसवला आणि २७ ऑगस्ट १९८८ रोजी राष्ट्रपती व्ही. वेंकटरमण यांनी त्याचे उद्घाटन केले. संस्थेस ज्या गोष्टी सिद्धीस न्यावयाच्या होत्या, त्या अशामुळे शक्य झाल्या की, विशिष्ट क्षेपणास्त्र बनवण्याऐवजी तंत्रज्ञान व पद्धती यांचा विकास यास महत्त्व दिले गेले.

पृथ्वी क्षेपणास्त्र

इंटिग्रेटेड गायडेड मिसाइल डेव्हलपमेंट प्रोग्राममध्ये 'पृथ्वी' हे पहिले क्षेपणास्त्र विकसित केले गेले. मोठ्या पल्ल्याच्या क्षेपणास्त्र यंत्रणांचे उत्पादन आणि विकास या बाबतीत स्वावलंबी होता यावे यासाठी १९८३मध्ये पुढाकार घेतला गेला.

SHAR येथे २५ फेब्रुवारी १९८८ रोजी पृथ्वी क्षेपणास्त्राची यशस्वी उड्डाण-चाचणी झाली. भारताच्या लष्करी विकासामधील हा अत्यंत महत्त्वाचा प्रसंग होता. यामुळे पुढील द बेसिक मोड्यूल्स फॉर फ्यूचर गायडेड मिसाइल्स विकसित करण्याची क्षमता भारताकडे असल्याचे सिद्ध झाले. पृथ्वी क्षेपणास्त्रात बदल करण्याची तरतूद करण्यात आली होती. लांब पल्ल्याचे सरफेस क्षेपणास्त्र 'एअर क्षेपणास्त्र' म्हणूनही वापरता येत होते. आता ते जहाजावरूनही सोडता येणार होते. १०० मीटरपेक्षाही कमी CEP यामुळे संपादन करता आला.

यशस्वी लाँचिंगमुळे विशेषत: मित्रत्वाने न वागणाऱ्या शेजारी देशांमध्ये राजकीय विरोधाच्या लाटा पसरत गेल्या. पृथ्वी क्षेपणास्त्र हे फक्त लिक्विड किंवा लिक्विड आणि सॉलिड इंधने वापरू शकत होते. पृथ्वी क्षेपणास्त्र हे युद्धभूमीवरील क्षेपणास्त्र म्हणून विकसित करण्यात आले होते. हे क्षेपणास्त्र टॅक्टिकल न्यूक्लिअर वेपन बनून न्यूक्लिअर वॉरहेडही वाहून नेऊ शकत होते.

अग्नी क्षेपणास्त्र

अग्नी क्षेपणास्त्र हे लांब पल्ल्याचे अणुशस्त्र होते व ते सरफेस-टू-सरफेस बॅलिस्टिक क्षेपणास्त्रही बनू शकत होते. मालिकेमधले पहिले अग्नी-१ हे क्षेपणास्त्र १९८९मध्ये यशस्वीपणे चाचणीस उतरले. पहिल्या टप्प्यात त्याचे सॉलिड फ्युएल होते तर दुसऱ्या खेपेस लिक्विड फ्युएल होते. ७०० ते १२५० किलोमीटर एवढे अंतर सेकंदास अडीच किलोमीटर या वेगाने नेहमीप्रमाणे १,००० किलोचे पेलोड किंवा न्यूक्लिअर वॉरहेड वाहू शकत होते. तीस लाख डॉलर्स इतक्या तुटपुंज्या रकमेत अग्नी०१ विकसित केले होते. पण त्यामुळे लीग ऑफ बॅलिस्टिक मिसाइल देशांच्या संघामध्ये भारताचा प्रवेश झाला.

अग्नी लाँचचा विजय साजरा करत असतानाच शत्रूराष्ट्रांनी क्षेपणास्त्र क्षमतेत केलेली प्रगती संरक्षण खाते जाणून होते. अग्नी क्षेपणास्त्र विकसित होत होते, तेव्हा पाकिस्ताननेदेखील त्यात बरीच प्रगती केली होती. चीनच्या मदतीने तयार केलेली Hatf-1 आणि Hatf-2 या दोन सरफेस-टू-सरफेस क्षेपणास्त्रांची त्यांनी चाचणी घेतली होती. पाकिस्तानचा असा दावा होता की, त्यांच्या Hatf-1चा पल्ला ८० किलोमीटर होता तर Hatf-2चा ३०० किलोमीटरचा पल्ला होता. यामुळे लगेचच अग्नी आणि तिच्या चार छोट्या बहिणींचा विकास करण्याच्या कामात भारताने पूर्ण लक्ष घातले.

हे मूळचे टेक्नॉलॉजी डेमॉन्स्ट्रेटर all-solid-fuel Agni-II, III, IV and V क्षेपणास्त्रांमध्ये उत्क्रांत झाले. अग्नी-२ चा पल्ला दोन ते अडीच हजार किलोमीटर होता. अग्नी-३ चा ३,५०० किलोमीटर इतका पल्ला होता आणि दीड टन इतके वॉरहेड ते घेऊ शकत होते. अग्नी-४ चा पल्ला ४,००० किलोमीटरपर्यंत वाढवला आणि अग्नी-५ मुळे भारताजवळ ५,५०० किलोमीटरपेक्षा जास्त दूरवर असलेल्या लक्ष्याचा भेद करणारे त्याचे स्वतःचे इंटरकॉन्टिनेन्टल बॅलिस्टिक मिसाइल तयार झाले.

व्हीलर आयलंड

ओरिसाच्या चंडिपूरमध्ये इंटेरिम टेस्ट रेंजचे उड्डाण करण्याची योजना आखली जात असे, तेव्हा प्रत्येक वेळी तेथील लोकांना दुसरीकडे हलवावे लागत असे. यावर पुष्कळ चर्वितचर्वण होत असे. ही कटकट टाळण्यासाठी व प्रसारमाध्यमांचे तिकडे लक्ष जाऊ नये म्हणून डॉ. कलाम यांनी व्हीलर आयलंडवर उड्डाणाची जागा ठरवण्याचा प्रस्ताव मांडला. व्हीलर आयलंड म्हणजे चंडिपूर किनाऱ्यापासून अंदाजे २० किलोमीटर लांब, साधारण दोन चौरस किलोमीटरचे बेट होते.

जिल्हाधिकाऱ्यांकडून योग्य ती कागदपत्रे मिळण्यासाठी वनमंत्री आणि पर्यावरण अधिकाऱ्यांशी डॉ. कलाम बोलले आणि ही जागा हस्तांतरित करण्यासाठी ओरिसाचे मुख्यमंत्री बिजू पटनाईक यांच्याकडून मंजुरी घेतली. बिजू पटनाईक यांनी डॉ. कलाम यांना प्रेमाने मिठी मारली व म्हणाले, 'कलाम, तुम्ही फार चांगली व्यक्ती आहात. साराभाई असल्यापासून मी तुमचे काम पाहतो आहे. तुम्ही जे काही मागाल ते मी देईन. क्षेपणास्त्र कार्यक्रमाचे तुमचे कार्य देशातील अतिशय महत्त्वाचे काम आहे. तुम्हांला जे काही ओरिसाकडून हवे असेल, ते तुमचेच आहे. मला तसे वचन द्या (तुम्ही ICBM बनवाल याचे). ज्या दिवशी भारत स्वतःचे ICBM बनवेल, त्या दिवशी भारतीय म्हणून मी अधिक बळकट होईन.'

नंतरच्या काळात अनेक भारतीय क्षेपणास्त्रांसाठी व्हीलर आयलंड हे क्षेपणास्त्र प्रक्षेपण चाचणीसाठी एक चांगली सुविधा बनले. परंतु बिजू पटनाईक यांचा मृत्यू १७ एप्रिल १९९७ रोजी झाल्याने त्यांना दिलेले वचन पूर्ण होऊ शकले नाही. आता याच ठिकाणाहून सर्व अग्नी प्रक्षेपणे होतात. सप्टेंबर २०१५मध्ये डॉ. कलाम यांच्या सन्मानार्थ ओरिसा सरकारने व्हीलर आयलंडला 'अब्दुल कलाम आयलंड' असे नाव दिले.

इंडिया २०२० व्हिजन

जगाचे वाढते दबाव लक्षात घेता डॉ. कलाम यांनी २०२०मध्ये भारताने या दबावांना कशा प्रकारे हाताळावे, या दृष्टीने विकसित भारताची कल्पना केली होती. १९९३मध्ये डॉ. कलाम यांनी टेक्नॉलॉजी इन्फॉर्मेशन, फोरकास्टिंग अॅण्ड असेसमेंट काउन्सिल (TIFAC)चे चेअरमन म्हणून पद स्वीकारले. २०२०पर्यंत विकसित देश म्हणून भारताचा विकास कसा करावा, याचा विस्तृत अभ्यास करण्यासाठी डॉ. कलाम यांनी ५०० तज्ज्ञांची समिती नेमली.

भारत २०२०साठी प्रगतीची पाच क्षेत्रे निश्चित केली गेली : शेती आणि अन्नप्रक्रिया आतापेक्षा दुप्पट उत्पादन व्हायला हवे. पायाभूत सोयीसुविधा. शहरांबरोबरच ग्रामीण भागातही नियमितपणे वीजपुरवठा व्हावा. सौरऊर्जेचा वापर वाढवावा. निरक्षरता संपवून आरोग्य आणि शिक्षण यांकडे लक्ष द्यावे. सामाजिक सुरक्षितता आणि सर्व लोकांच्या आरोग्याकडे लक्ष पुरवावे. दुर्गम ठिकाणच्या शिक्षणात सुधारणा होण्याच्या दृष्टीने इ-गव्हर्नन्स वाढवण्याकरिता माहिती आणि संपर्कयंत्रणा तसेच टेलिमेडिसिन यांसाठी प्रयत्न करावा. संरक्षण तंत्रज्ञान, अवकाश तंत्रज्ञान आणि अणु तंत्रज्ञान यांची वाढ होण्यासाठी धोरणात्मक उद्योग आणि विशिष्ट तंत्रज्ञान इकडे लक्ष द्यावे.

३१ जुलै २०१६ रोजी केंद्रीय अर्थमंत्री अरुण जेटली म्हणाले की, कायमस्वरूपी धोरणे राबवण्याच्या दृष्टीने स्थिर सरकारची गरज असते. त्यामुळे एकूण देशांतर्गत उत्पादनात (ग्रॉस डोमेस्टिक प्रॉडक्ट) वाढ होऊन निदान २०३०पर्यंत तरी भारत विकसित देश होऊ शकेल. माजी राष्ट्रपती ए.पी.जे. अब्दुल कलाम यांनी ठरवलेल्या ध्येयापेक्षा दहा वर्षांनंतरची ही मुदत होती.[१]

ब्राह्मोस क्षेपणास्त्र

IGMDP प्रकारचे क्षेपणास्त्र तयार करून डॉ. कलाम यांचे समाधान झालेले नव्हते. त्यांना आणखी भविष्यकाळात उपयोगी पडू शकेल असे शस्त्र बनवायचे होते. ब्रह्मपुत्रा व मॉस्को नद्यांच्या नावांवरून तयार झालेले 'ब्राह्मोस' या सुपरसॉनिक क्रुज क्षेपणास्त्राच्या निर्मितीसाठी १९९८मध्ये डॉ. कलाम यांनी डीआरडीओ व रशियाच्या एनपीओ मॅशिनोस्ट्रॉनिआ यांचा साहचर्यातून उपक्रमाची उभारणी केली.

ब्राह्मोसचे दोन टप्पे होते : एक म्हणजे सॉलिड फ्युएल रॉकेट साउंड बॅरिअर (Mach 1) तोडण्यासाठी क्षेपणास्त्र घेईल. दुसरी अवस्था म्हणजे लिक्विड फ्युएल्ड रॅमजेट Mach २.८ पर्यंत त्याला गती देईल आणि त्याचा जास्तीत जास्त पल्ला २९० किलोमीटर इतका असेल. जहाजावर लाँच झालेले आणि जमिनीवर स्थिरावलेले क्षेपणास्त्र २०० किलो वॉरहेड वाहून नेऊ शकतो. मात्र एअरक्राफ्ट लाँच्ड व्हेरिअन्ट (ब्राह्मोस) हे ३०० किलो वॉरहेड वाहून नेऊ शकते. क्षेपणास्त्र लाटांच्या पृष्ठभागांपासून १० मीटर उंचीइतके त्याचे सी स्किमर करून खाली येऊ शकते. आजच्या काळात खरोखरच डॉ. कलाम यांनी ठरवल्याप्रमाणे ब्राह्मोस हे सर्वात गतिमान क्षेपणास्त्र ठरले आहे.

हृदयातील कृत्रिम नस

भारताचा मिसाइल मॅन फक्त अंतरिक्ष तंत्रज्ञानावर समाधानी नव्हता. हरहुन्नरी आणि स्वत:च्या क्षेत्रापलीकडे जाणारे असे त्यांचे मन होते. डॉ. कलाम यांनी समाजातील वंचित लोकांसाठी तंत्रज्ञानाचा पाया घालणारी

---

१ http://www.thehindu.com/business/Economy/we-have-missed-the-2020-bus-says-jaitley/article8922275.ece

विविध साधने निर्माण केली. डेल्टा फेराइट फ्री औस्टेनिटिक स्टील वायर्सच्या मदतीने हृदयातील कृत्रिम नस तयार करण्याच्या कामात डॉ. कलाम यांनी पुढाकार घेतला. या स्टील वायर्सचा पृष्ठभाग हा वायर ड्रॉइंग इन्डयूस्ड मायक्रोचॅनेल्ससारखा नव्हता. हे सर्व त्यांनी हैदराबाद येथील डिफेन्स मेटॅलर्जिकल रिसर्च लॅबोरेटरी येथे केले.

हृदयरोगतज्ज्ञ डॉ. बी. सोमा राजू यांनी DRDOच्या वैज्ञानिकांना दिलेल्या तपशिलामुळे भारतात या आधी कधी न झालेले इंटरडिसिप्लिनरी बायोमेडिकल कोलॅबोरेशन निर्माण झाले. कलाम-राजू स्टेन्टमुळे त्याची किंमत आयात केलेल्या स्टेन्टपेक्षाही बाजारात कमी झाली. आजदेखील ही स्टेन्ट भारतीय रुग्णांना जगातील दरापेक्षा कमी दरात मिळू शकते. नवीनच सुरू झालेल्या ICICI बँकेच्या टेक्नॉलॅजी इन्स्टिटट्यूशन्स या कार्यक्रमाच्या अंतर्गत दहा लाख डॉलर्सची देणगी देऊन हैदराबाद इथे कार्डिओव्हॅस्क्यूलर टेक्नॉलॉजी इन्स्टिटट्यूट स्थापन केली. यामुळे पुढे डॉ. बी. सोमा राजू यांच्या पुढाकाराने केअर हॉस्पिटल सुरू केले. २०१६मध्ये हा उद्योग पाचशे दशलक्ष डॉलर्स एवढा होता.

पोखरण II अणुचाचण्या

पोखरण हे राजस्थानातील जैसलमेर जिल्ह्यातील थर वाळवंटात वसलेले लहान गाव. १९७४मध्ये जमिनीच्या खालील पहिली अणुचाचणी इथे झाली. पोखरणने न्यूक्लिअर इंडियाची सुरुवात झालेली पाहिली. भारतीय लष्करातील ५८ इंजिनिअर्सची तुकडी गेली काही वर्षे, गुप्त कॅमेऱ्यांपासून लपून, त्यांना चाहूल लागू न देता, तीन भुयारे खणण्याचे काम करत होती. निर्णय घेतल्याबरोबर दहा दिवसांत चाचणी घेता आली पाहिजे, अशी जय्यत तयारी वर्षभरापेक्षा जास्त काळ होती.

गुप्तता सांभाळण्याचे ठरवलेले असल्यामुळे डॉ. कलाम आणि डॉ. चिदंबरम यांनी लष्कराची हिरवी वर्दी अंगावर चढवली होती. तिथे काम करत असलेल्यांनासुद्धा यांची खरी ओळख कळलेली नव्हती. डॉ. कलाम यांना 'मेजर जनरल पृथ्वीराज' आणि डॉ. चिदंबरम यांना 'मेजर जनरल नटराज' म्हणून ओळखले जात होते. डॉ. अनिल काकोडकर, संचालक, भाभा ॲटोमिक रिसर्च सेंटर BARC आणि DRDOमधून चाचणीच्या कामासाठी पोखरणला आलेले शंभरेक शास्त्रज्ञ आणि तंत्रज्ञ यांनाही लष्करी कपडे आणि खोटी नावे दिली होती.

११ मे १९९८, बुद्धपौर्णिमेच्या दिवशी दुपारी ३:४३:४४.२ वाजता एकाच वेळी तीन डिव्हायसेसचा स्फोट घडवून आणला. एकाच वेळी झालेल्या विस्फोटांमुळे साधारण क्रिकेट मैदानाच्या आकाराचा भाग जमिनीपासून काही मीटर वर उचलला गेला. धुळीचे आणि वाळूचे प्रचंड मोठे लोट उठले. दोन दिवसांनी १३मे १९९८ रोजी दोन सब-किलोटन डिव्हाइसेसचा स्फोट जमिनीखाली केला. पोखरण II अणुचाचणीमुळे भारताच्या अधिक ताकदवान आणि हलक्या अणुशस्त्रांचा भारतात प्रवेश झाल्याचे सिद्ध झाले. ही शस्त्रे क्षेपणास्त्रांबरोबर वाहून नेण्यासारखी लहान होती.

२८ मे १९९८ या दिवशी पाकिस्तानने बलुचिस्तान प्रदेशातील छगई जिल्ह्यात रास कोह हिल्स येथे अणुचाचण्या केल्या. त्यानंतर पुन्हा ३० मे १९९८ रोजी आणखी एक चाचणी घेण्यात आली. आपल्या शेजारी राष्ट्रांकडेही अणुबॉंब आहेत आणि भारतावर त्याच्या जुन्या शत्रूंकडून अणुहल्ला होऊ शकतो, हे यामुळे उघडकीस आले. पोखरण II ने पाकिस्तानच्या पळवाटा, लबाड्या व ज्यांना भारतावर लक्ष ठेवायचे होते अशा उदार मित्रांशी असलेले त्याचे संबंध उघडकीस आले. यामुळे आग्नेय आशियाच्या ताकदीचा प्रभाव भारताच्या बाजूने नेहमीसाठी बदलला.

www.ingramcontent.com/pod-product-compliance
Lightning Source LLC
LaVergne TN
LVHW082044051026
849532LV00011B/3471